அருத்தவீட்டு ஆலங்கன்று

(கவிதைத் தொகுப்பு)

புதுமைத்தேனீ **மா.அன்பழகன்**

Aduthaveettu Alankandru
Pudhumaitheni © Ma.Anbalagan
First Edition: September 2017

Published:
Ma.Anbalagan
180A Bencoolen st # 17-07
Singapore - 189647
Phone:90053043 / 63345334
ma.anbalagan@gmail.com
Price: S$ 20

Contact in India
Discovery Book Palace (P) Ltd.,
#6, Mahaveer Complex, Munusamy Salai,
K.K.Nagar West, Chennai - 600 078.
Phone: +91-44-6515 7525
Mobile: +91 87545 07070
E-mail: **discoverybookpalace@gmail.com**
Website: **www.discoverybookpalace.com**
Design: Shark Designing Centre.

Pages: 136
ISBN NO: 978-981-11-4504-9

₹.**120**

என் தோட்டத்திற்குள் நுழையுமுன்...

மலையிடை, காட்டிடை, ஆற்றோரம் போன்ற மனிதப் புழக்கமிலா இடங்களில் மரம், செடிகொடிகள் தழைத்தோங்கி நிற்கின்றன. பூத்துக் காய்த்துக் குலுங்குகின்றன. கண்களுக்குக் குளிர்ச்சியூட்டுகின்றன. அவை நாட்டின் மிகப்பெரிய செல்வங்களாகவும் மதிக்கப்படுகின்றன.

அதே நேரத்தில் தோட்டத்தில் மலர் வேண்டியோ, காய்-கனி வேண்டியோ, கீரை வேண்டியோ, நிழல்-அழகு வேண்டியோ விதைக்கிறோம்-கன்று அல்லது பதியன்போட்டு நடுகிறோம். அப்படியே விடுத்தால் அவை முளைத்து, தழைத்து ஆளாகி விடுவதில்லை. அவற்றுக்கு நீர் ஊற்ற வேண்டும்; உரமிட வேண்டும்; காற்றும் வெளிச்சமும் கிடைப்பதுடன் ஆடு, மாடு அல்லது கரையான் போன்ற பூச்சிகளிலிருந்தும் அவை காப்பாற்றப்பட வேண்டும். அவ்வாறு உருவான தாவரங்கள் பலன்தருவதுகூட மண்ணைப் பொருத்தும் பருவத்தைப் பொருத்தும் உள்ளது. எதிர்பார்த்தவாறு பலன் கிடைக்காமல் சிலநேரம் நாம் ஏமாற்றப்படுவதும் உண்டு.

பிரிதொரு புறமுள்ளத் தோட்டத்தில், துளசி வளர்த்துப் பார்த்தேன்; முல்லைக்கொடியை நட்டுப் பார்த்தேன்; கறிவேப்பிலையை ஊன்றிப் பார்த்தேன்; எலுமிச்சை செடியைப் புதைத்துப் பார்த்தேன்; மாங்கன்றை ஒட்டுப்போட்டு பதியன்

போட்டேன்; முளைத்த தேங்காயை மண்ணுக்குள் மூழ்க வைத்தேன்; எவ்வளவு முயன்றாலும் கரையான் அரித்துவிடுகின்றது; ஆடு, மாடு மேய்ந்துவிடுகின்றன; வெள்ளத்தால் அழுகிவிடுகின்றன அல்லது கடும் வெயிலால் கருகிவிடுகின்றன. துயரம் மேலிட சோர்ந்துபோய்த் திண்ணையில் அமர்ந்து அண்ணாந்து பார்த்தேன்; அடுத்த வீட்டின் சுவற்றிடுக்கில் ஆலங்கன்றொன்று என்னைப் பார்த்துச் சிரித்தது.

அந்தப்புறத் தோட்டத்தை அலங்கரிப்பவை வெவ்வேறு காலங்களில், வெவ்வேறு சூழல்களில் நட்டெழுப்பியவை. நரைத்துச் சிறுத்துக் காணும் செடி, கொடிகளாக இருப்பினும் காக்கையின் பொன்குஞ்சுப் பூச்செடிகள் அவை எனக்கு.

தானாக உருவாகும் கவிதைகளுக்கும் கட்டாயத்தில் உருவாகும் கவிதைகளுக்குமுள்ள வேறுபாடுகளுக்கு அடுத்த வீட்டு குட்டிச் சுவற்றில் முளைத்து, தழைத்து நின்ற ஆலங்கன்றை ஓர் உருவகமாகக் கொண்டும், அதே கருத்தை மையமாகக் கொண்டு உருவான, அதே பெயருள்ள கவிதையொன்று உள்ளே இடம்பெற்றுள்ளதாலும் இந்நூலுக்கு இப்பெயரிட்டேன்.

கடந்த பதினைந்து ஆண்டுகளாக வெவ்வேறு சூழல்களில், வெவ்வேறு காலங்களில், வெவ்வேறு மனநிலையில் உருவான கவிதைகளின் தொகுப்பே இந்நூல்.

நான் இயற்கைக் கவிஞன் அல்லன். செயற்கைக் கவிஞனாக என்னை உருவாக்கிக்கொண்டு வருகிறேன். தமிழ் இலக்கியக் கவிக் கடலில் ஒரு கட்டுமரத்தில் பயணம் புறப்பட்டுள்ளேன். உலகைச் சுற்றி வர இன்னும் ஆயிரம் காத தூரங்கள் இருக்கின்றன என்பதை அறியாதவன் அல்லன் நான். என்னை ஒரு கவிஞன் எனச் சொல்லுகையில் நானே பெருமைப்பட்டுக் கொண்டாலும், இன்னும் இயற்கையான கவிஞனாகவில்லையே எனும் ஆதங்கம் என்னுள் இருந்துகொண்டுதான் இருக்கின்றன.

நான் நட்ட செடிகளுக்கு நீர் வார்த்த தம்பி கோ.கண்ணன் அவர்களுக்கும், தோட்டத்தில் களையெடுத்துக் கொடுத்த ஆரூர்த்தமிழாசிரியர்கள் திரு.மு.சந்திரசேகரன், திருமதி சௌ.அம்புசம் ஆகியோருக்கும், இந்த என் முப்பதாவது தோட்டத்திற்கு காவல் புரிந்துவரும் டிஸ்கவரி புக் பேலஸ் தம்பி வேடியப்பன் உள்ளிட்ட அனைவருக்கும் என் நன்றி!

மா.அன்பழகன்

02.09.2017
சிங்கப்பூர்

■ பொருளடக்கம்

1. ஒன்றிணைவோம் — 07
2. இளைஞனே விழித்தெழு! — 10
3. காலம்போன கடைசியில் — 12
4. இரகசிய சமாதி — 14
5. இல்லமே கோவில் — 15
6. மனத் தராசே! — 16
7. நம்பிக்கை — 17
8. வரமொன்று தா! — 18
9. அன்னையரை மறந்து... — 20
10. காற்றினிலே கலந்த தமிழ் — 22
11. எங்கெங்குக் காணினும் சக்தியடா — 24
12. மௌனம் ஒரு மகத்தான சக்தி — 25
13. குற்றால ஞானம் — 27
14. யார் குற்றவாளி — 28
15. விதிவிலக்கு — 29
16. நூற்றையும் தாண்டி வாழ்க! — 30
17. அதிலேதான் இன்பம் — 32
18. கண்ட இடத்தில் — 33
19. குறள் 78 — 36
20. குறள் 1095 — 37
21. இல்லம் சிறக்க இவ்வையகம் சிறக்கும் — 38
22. வாழ்க்கை என்பது... — 40
23. எதிரிபற்றி எழுதச் சொன்னால்... — 42
24. அது தேவை — 44
25. இறையருள் — 46
26. ஏன் சொல்ல வேண்டும்? — 48
27. அழிவில் அழியா வெற்றி! — 49
28. பூமாலை — 52
29. யாருக்கு யாரெதிரி? — 54
30. பயணம் — 57

31. இரவில் என்னையே தேடுபவன்	60
32. அடுத்த வீட்டு ஆலங்கன்று	63
33. விண்மீன்	65
34. அது என்ன?	66
35. தொற்று நோய்	68
36. நல்ல நேரம்	70
37. நம்மில் யார் இவர்?	72
38. எழுவாய்	75
39. மயக்கம்	76
40. தேனினும் இனிய...	77
41. என்னால் முடியாது	79
42. காவிரியில் நீர்	80
43. அடையாளம்	81
44. அழுகிய பழம் திரும்புமோ?	84
45. அறுந்துவிடுமா உறவு...	88
46. அறிவாய்	91
47. நாற்காலி	92
48. இடைவெளி	94
49. இல்லாதிருப்பவன்	95
50. சூரியனின் சிறப்பு	97
51. நீ நிஜம்	98
52. தியாகம்	100
53. இன்னுமுமாய் உறங்குகிறாய்?	101
54. காவல்	105
55. வெற்றிலைப் பாக்கு	106
56. என்னை மறந்து...	108
57. மாற்று வழி	109
58. பகுத்தறிவு	111
59. சட்டத் திருத்தம்	114
60. எதிராளி	116
61. மௌனத்திலும் மொழியுண்டு	118
62. எது?	120
63. பாரதிபோல் பாட முடியவில்லை!	122
64. இங்கேயும்தான்...	124
65. லீ நாடு	126
66. இந்திரலோகத்தில் அழகப்பன்கள்!	129

ஒன்றிணைவோம்

இரண்டல்ல மூன்றல்ல
இருபது நூற்றாண்டாக
ஏற்ற இறக்கத்தில்
எமைப் படைத்து உலவவிட்டாய்!

உறவென்றும் நட்பென்றும்
உரிமை சொல்லி பிரித்ததுடன்
ஊரென்றும் நாடென்றும்
ஒன்றிரண்டாய் விலகவைத்தாய்!

மொழியென்றும் மதமென்றும்
முன்னோர்கள் சொல்லென்றும்
இழி சொல்லி பழி சொல்லி
விழி வழிய வைத்துவிட்டாய்!

ஆழியென்றும் ஏரியென்றும்
அளவு காட்டி பெயரிட்டாய்!
தோழியென்றும் அண்ணியென்றும்
தோளணைக்க வேலி போட்டாய்!

கருப்பென்றும் சிவப்பென்றும்
கண்டெடுத்து நிறம் பிரித்தாய்!
காளையென்றும் கன்றென்றும்
ஆவினத்துள் இனம் பிரித்தாய்!

சோறென்றும் கஞ்சியென்றும்
சுவைகண்டு வகை பிரித்தாய்
சொல்லையும் பொருளையும்
சூத்திரத்தில் பிரித்து வைத்தாய்!

அழகென்றும் அசிங்கமென்றும்
அங்கங்கே தரம் பிரித்தாய்!
தாரத்தைத் தாயுடனே
போர்க்களத்தில் இறக்கிவிட்டாய்!

இத்தனையும் ஒன்றிணைய
சத்தான குரல் கேட்டேன்
அத்தனையும் ஒன்றானால்
எத்தனைபேர் செத்தொழிவர்?

ஆணென்றும் பெண்ணென்றும்
அவ்வை வழி பிரித்தாலும்
உப்பென்றும் உரைப்பென்றும்
அறுசுவையில் இணைத்ததுபோல்

இரண்டிரண்டாய்க் கலவியுற்று
எதிர்காலச் சந்ததியை
உருவாக்கும் மந்திரம்போல்
கருவுறட்டும் நல்லிணக்கம்!

வேற்றுமையில் ஒற்றுமையை
ஏற்றிடுவோம் இந் நாட்டில்
ஆற்றொழுக்கு நீர்மேல் நாம்
அமைதியாய் பயணிப்போம்!

இளைஞனே விழித்தெழு!

இருபத்தியொன்றை எட்டிவிட்ட
பாமர இளைஞனே விழித்தெழு!
பாயிலேயே கிடந்ததுபோதும் கிளர்ந்தெழு!

அதைச் செய்யவில்லை; இதைச் செய்யவில்லை;
வஞ்சிக்கிறார்கள்; வலியுறுத்தினால்
லஞ்சம் கேட்கிறார்கள் என
ஆளுங்கட்சித் தலைவர்களை
அடுக்கடுக்காய் ஏசுகிறாய்.

ஆளும் வர்க்கத்தைத் திட்டாதே!
சின்னமீனைப் போட்டு
பெரிய மீனைப் பிடிக்கப்போகும்
வியாபார வெற்றியாளர்கள் அவர்கள்!

விலைபோன அதே வாக்காளர்கள்
கடைக்குப்போனால் மட்டும்
வெண்டைக்காய் நுனியை ஒடித்துப் பார்க்கிறார்கள்
கத்திரிக்காயில் பூச்சியா - புரட்டிப் பார்க்கிறார்கள்
வாக்களிக்கும்போது அந்தப் பகுத்தறிவு எங்கே போனது?

வேண்டியவன்; வேண்டாதவன்
வீட்டு நாய்க்குத் தெரிகிறது!
குரோட்டன்ஸ் ஏற்றதில்லையென
ஆடு, மாடு அறிகிறது!

ஐந்தறிவை ஆறறிவாக்க
பைந்தமிழ் இளைஞனே பாய்ந்தெழு!

திருத்தப்பட வேண்டியவர்கள்
தேர்ந்தெடுக்கப்பட்டவர்கள் அல்லர்
தேர்ந்தெடுத்தவர்களே!

● காலம்போன கடைசியில்...

ஐஸ்லாந்தில்
ஆண்கள் பற்றாக்குறையாம்.

அங்கு வந்து
திருமணம் செய்துகொண்டால்
அமெரிக்க டாலர் ஐயாயிரம்
மாதந்தோறும் கொடுக்கிறார்களாம்.

வாட்டசாட்டமான
வாலைக்குமரிகளின்
வலைப்படத்தின் விளம்பரத்தை
வாட்ஸப்பில்
அனுப்பியிருந்தார் நண்பர்.

போகப்போக
சிங்கப்பூரும் சலித்துவிட்டது.

காலம்போன கடைசியில்
இந்தியா சென்று

காசி, ராமேஸ்வரம் என
காலத்தைக் கழித்திடலாம்
என்றிருந்தேன்.

இப்போது எண்ணுகிறேன்
பேசாமல்
ஐஸ்லாந்துக்கே
போய்விடலாமென.

அங்கே
எனக்கேற்ற
ஒரு கிழவிகூடவா
கிடைக்கமாட்டாள்?

அப்புறம்
காசியென்ன!
கைலாசமே போய்வரலாம்
மாதமொருமுறை.

ரகசிய சமாதி

குழந்தையாக இருந்தபோது
தாயோடு உறங்கினேன்.

மாப்பிள்ளையான பிறகு
மனைவியுடன் உறங்கினேன்

தந்தையான பிறகு
தனயனுடன் உறங்கினேன்

தாத்தாவான பிறகு
பேத்தியுடன் உறங்கினேன்.

கல்லறைக்குப் போனாலும்
நான்
தனியாகப் போகப் போவதில்லை.

முக்காடு போட்ட ரகசியங்கள்
முண்டியடித்து நிற்கின்றன
உடன் வந்துறங்க.

இல்லமே கோயில்

கோயிலுக்குப் போனேன்

செய்த பாவத்தையெல்லாம்
கழுவிவிட்டு வந்தேன்
மனதைச் சுத்தமாக வைத்திருக்க.

வீட்டுக்கு வந்தேன்
வாசலில்
வீட்டுக்காரி
தண்ணீரோடு காத்திருந்தாள்.

அழுக்கோடு வந்த
கால்களைக் கழுவிவிட்டு
உள்ளே வாருங்கள் என்றாள்
இல்லத்தைச் சுத்தமாக வைத்திருக்க.

● மனத் தராசே!

உறங்கும்போது
அவளுக்கேற்ப நெளிந்து வளைந்து
கட்டியணைத்து
சுகம் காண்கிறோம்
தற்காலிகமாக.

அவளைவிட
ஒரு தலையணை
நமக்கு ஏற்ப
இடைவெளியில்லாமல்
இடங்கொடுத்து
சுகம் தருகிறது
இரவு முழுவதும் நிரந்தரமாக.

இருந்தும்
அவளே உயர்வாகிறாள்.

எடைபோடும்
மனந்தராசே
ஒருபக்கம் சாய்வதேன்?

நம்பிக்கை

அடியே!
உன்னிடம் கொடுத்த
ஒற்றை ரோஜாப் பூவை
நீ
என் விரல்தொட்டு
வாங்கிய வரையில்தான்
விழித்திருந்தேன்
அதனைக்
கொண்டையில் வைத்துக்கொண்டாயா
குப்பைத் தொட்டியில் வீசினாயா?

தெரிந்துகொள்ளும் தைரியம்
எனக்கில்லாததால்!

வரமொன்று தா

யாரிடமாவது
வரம் கேட்கலாமென
வாசலில் காத்திருந்தேன்.

யாரிடம் என்றுதான் தெரியவில்லை!
அங்ஙனம் யாரேனும் இருந்தால்
இங்ஙனம் என்னிடம் சொல்லுங்கள்!

கேட்டால் கிடைக்குமெனில்
கேட்கிறேன் ஒன்றை நான்!

என் மனைவி, என் பிள்ளை
இன்னபிற இல்லத்தார்
வளம்பெற்று நலமாக வேண்டும்;
நற்புகழை நான் பெற்று
நாற்றிசையும் போற்றும் நாளை
எட்டிப்பிடிக்கும் தூரம்
என்னருகில் வர வேண்டும்;
பள்ளத்தில் கிடக்கும் என்னை

உச்சத்தில் உயர்த்த வேண்டும்;
வாகனம், வங்கியில் பணம்,
வசதியான வீடு வாங்கித் தா
என்றெல்லாம்
சத்தியமாகக் கேட்கமாட்டேன்.

'வன்முறை' ஒழிய
'வரமொன்று' தா!
என்ற ஒன்று கேட்பேன்

ஏனெனில்
என்னிடம்
உழைப்பும் நம்பிக்கையும்
உலகளவு இருப்பதால்
வளமான வாழ்வெல்லாம்
விண்ணப்பம் போடாமலே
வீடு வந்து சேர்ந்துவிடும்.

● அன்னையரை மறந்து...

கோவிலுக்கேன் போக வேண்டும்
கும்பிடத்தானே?
கும்பிட்டுக் கோடிப் புண்ணியம்
கொண்டிடத்தானே!

ஆறு, குளம் மூழ்க வேண்டும்
கழுவத்தானே?
கழுவி
செய்த பாவங்களை
கரைக்கத்தானே!

தர்மம் பல செய்ய வேண்டும்
கர்ணனைப்போல
'கர்ணன்'போல் படமெடுப்பார்
எண்ணித்தானே!

அன்புடனே ஆரத்தழுவி
காட்டத்தானே?
காட்டி அதைப் படம்பிடித்து
மாட்டத்தானே!

அர்ச்சனைகள் செய்ய வேண்டும்
அருள்பெறத்தானே
அருள் பெற்று சொர்க்கவாசல்
திறக்கத்தானே!

அள்ளியள்ளி கொடுத்துன்னை
உயர்த்தத்தானே?
உயர்த்தி பெரும் புள்ளியென
புகழத்தானே?

நோன்பிருந்து நேர்த்திக்கடன்
தீர்க்கத்தானே?
தீர்த்தபின்னே ஆயுளை
நீட்டத்தானே!

ஏனடா செய்யவேண்டும் இத்தனையும்?
முதியோர் இல்லத்தில்
அன்னையவரை விட்ட பின்பு!

● **காற்றினிலே கலந்த தமிழ்!**

பனிமூட்டம் ஆவியாகி படையெடுத்து எழுங்காலை - மக்கள்
பிணி தீர்க்கும் பரிதிக்கதிர் பிறப்பெடுத்து வந்ததம்மா!
இனிய தென்றல் உருவாகி என் மேனி தீண்டுங்கால் - சுவை
கனிமூன்றும் என்வாயின் கடையிடையில் ஊறுதம்மா!

'எல்லோரும் எம்மவரே! எவ்வூரும் எமதூரே' - எனும்
நல்லோர்சொல் நிதம்கேட்டு நானெங்கும் செப்புகிறேன்!
அல்லாத குணமேதும் அண்டாது காத்துநின்று - சான்றோர்
சொல்லிவந்த அறநெறிகள் சொந்தமெனக் கொண்டிடுவேன்!

யாழிசைகள் இழைந்துவர என்செவிகள் குளிர்ந்தாலும் - இங்கு
ஏழிசையைத் தோற்கடிக்கும் எம்பேத்தி மழலைமொழி!
வாரியாரும் அண்ணாவும் வாய்மலர்ந்த தமிழ்க்காற்று - இன்று
கோரிநாம் கேட்டாலும் கொண்டுகாட்ட முடியவில்லை!

நாற்றுநடும் நங்கைகுரல் நாவில்வந்து இசையெழுப்ப - வயல்
சேற்றுமணம் கலந்தபண்பு சிந்தையெலாம் நிறையுதம்மா!
நேற்றுதித்த இலக்கியமும் நெறிப்படுத்தும் இலக்கணமும் - காலை
காற்றினிலே கலந்துண்டேன் கரும்புநிகர் தமிழ்தானம்மா

அடுத்தவீட்டு ஆலங்கன்று ■

குயில்பேச்சு கிளிப்பேச்சு கொங்கையர்தம் கனிப்பேச்சு - மகிழ்ந்து
செவியாறக் கேட்டாலும் சிறப்பென்று வாழ்த்துதற்கு
வழியேதும் இல்லையம்மா! விழியிரண்டின் சாட்சியாக - சங்க
மொழியெந்தன் தமிழ்க்கேட்டு முக்காலும் நனைந்தபின்னே!

எங்கெங்குக் காணினும் சக்தியடா

சிங்கையின் ஜனத்தொகை
ஆண்களும் பெண்களும்
சரி நிகர் எனச் சொல்லும்
புள்ளிவிபரம்
சரியில்லையோவெனத் தோன்றும்
காரணம்
என் கண்களில் படுவோரெல்லாம்
பெண்களாகவே இருப்பதால்!

மௌனம் ஒரு மகத்தான சக்தி

தனிமையும் மௌனமும்
இணைபிரியாத் தோழிகள்

பேச்சால் சொல்லமுடியாதவற்றை
மௌனத்தால் சொல்லிவிடலாம்

மௌனம் என்பது
சொல்லாட்சியின் நீட்சி

மடைதிறந்து பேசுவதைவிட கடினம்
மௌனித்திருப்பது

பேசிக் காயப்படுத்துவதைவிட
பேசாமல் காயப்படுத்துதல் வலிமையானது

ஆயுள் அதிகரிக்க
ஆன்றோர்கண்ட அதிமருந்து

எப்போது பேசவேண்டும் என்பதைவிட
எப்போது பேசாமலிருப்பது என்பதே மேல்!

புதுமைத்தேனீ மா அன்பழகன்

மௌனத்தால் ஆனவர்களே!
முனிவர்களும் ஞானிகளும்

மௌனம் கொடுத்த பரிசால்
அரச மரம் போதி மரமானது

மௌன உபதேசம்
ரமண ரிஷியால் சாத்தியமானது

மாடத்திலிருந்து பாலித்தார்
மௌனத்தால் அரவிந்தர்

கண்ணோடு கண்நோக்கிய இடத்து
மௌனித்து நின்றான் வள்ளுவன்

மௌன ராகம்
மனதிற்குள் எட்டாம் ஸ்வரம்

குற்றால ஞானம்

ஒருவருடைய வீழ்ச்சியில்தான்
இன்னொருவருடைய எழுச்சி
இருக்கிறதென எல்லோரும் சொல்வர்

அது எப்படிச் சாத்தியமென
அடிக்கடி ஐயம் எழுந்ததுண்டு

குற்றாலம் சென்ற பின்தான்
முற்றாகப் புரிந்தது

நீரின் 'வீழ்ச்சி'யைப் பார்த்து
மன 'எழுச்சி' அடைந்து
பரவசமடைந்தனர்
பச்சிளம் குழந்தைகள்!
ஏன்
நானும்தான்!

■ புதுமைத்தேனீ மா அன்பழகன்

● யார் குற்றவாளி?

உடல் தெரிய உடுத்தி
ஒருநூறு பேரிடம் படுத்த
'அப்பழுக்கில்லாத'
தொப்புள் நடிகையை
இச் சமுதாயம்
எப்போதும் கௌரவிக்கிறது;
என்னென்னமோ சொல்லிப் புகழ்கிறது;

முக்காடு போட்டு
முழுமையும் மறைத்து
குனிந்த தலை நிமிராத
அனிச்சமலர்
கல்லூரிக்குப் போய்விட்டு
கற்புடையவளாகத் திரும்புகையில்
வன்புணர்ச்சியில்
பாதிக்கப்பட்டு
கரைசேரப் பார்ப்பவளை
சராசரி மனுஷியாகக்கூடப் பார்க்க
மறுக்கிற சமுதாயத்தை
மறுக்கிற நாள் எந்நாளோ?
அல்லது
மாற்றுகிற நாள் எந்நாளோ?

விதிவிலக்கு

அடியே!
எனக்கு
பெண்களையே பிடிக்காது
உன்னைத் தவிர.

எனக்கு
பொய் பேசவே தெரியாது
உன்னை
'அழகி' எனச் சொல்வதைத் தவிர.

காதல் என்றால் போதும்
காத தூரம் விலகி ஓடுவேன்
உன்னுடன்
கடற்கரை மணலில்
கைகோத்து நடந்ததைத் தவிர.

குடும்ப வாழ்க்கையே
கொடுமை என்பேன்
குழந்தை பாக்கியம் கேட்டாயே என்று
உன்னுள்
கரு உருவாக
காரணமாக இருந்தேன்
என்பதைத் தவிர.

நூற்றையும் தாண்டி வாழ்க!

ஒளிரும் முகத்தில் பிளிரும் புன்னகை
களிற்றின் திறனைக் கற்றநல் பெருந்தகை
உளியாக இருந்து உருவாக்கும் சிலைபோல்
வளியின் வேகமாய் வார்த்தெடுத்த சாதனைகள்!

மக்களைப் பிடித்த; மக்களுக்குப் பிடித்த
மன்மத அதிபர்! மங்காத தலைவர்
அனைவரிடத்தும் அன்பு காட்டி
அரவணைப்பில் அரசனைப் போலவர்!

எளிமையின் உருவம் இரக்கத்தில் அருவி
களிப்பில் குழந்தை கடமையில் சிகரம்
அழைத்தபோதெல்லாம் அன்புடன் வருபவர்
உழைப்பால் பொறுப்பின் உச்சிக்குப் போனவர்!

கடைநிலைக் குடியையும் காதலிக்கக்
கண்களில் காந்தத்தைப் பெற்றுப் பிறந்தவர்
'பிறப்பொக்கும் எவ்வுயிர்க்கும்' பொய்வாக்கோ
பிரம்மன் படைப்பில் அவருக்கு விதிவிலக்கோ!

பார்வையில்
எதிரியின் பலத்தில் பாதியைச் சேர்த்துக் கோர்த்த
செங்கோல் கோமான்!
நேர்வழி கண்டு நெடுநல் நடைபோட்டு
பாரிதில் போற்றிய பன்முகத் தலைமகன்!

ஒன்றுபட்ட சமூகத்தின் ஒட்டுமொத்தப் பிரதிநிதி
கன்றுபோட்டப் பசுபோல் கட்டுத்தறி ஆடுபோல்
அன்று மட்டும் அல்ல இன்றும் வலம் வந்து
என்றும் உடனிருக்கும் எங்களின் வேந்தரவர்!

ஆயிரம் பிறைகண்ட அபூர்வத் தொண்டரவர்
நேயமிகு நாதனே! நேர்மையின் தூதுவனே!
நோய் நொடியின்றி நூற்றையும் தாண்டி வாழ
வாய்நிறைந்து வாழ்த்துகிறோம்
வாழ்க வாழ்க!

(சிங்கை அதிபர் எஸ்.ஆர்.நாதன் அவர்கள்
ஆயிரம் பிறை கண்டபோது)

● அதிலேதான் இன்பம்

அறியா வயதிலும் அறிந்த வயதிலும்
அன்னையைத் தழுவும்போது
அவளே அகிலமாகத் தோன்றியது

காதலியைக் கொஞ்சும்போது
கரும்பாலைத் தொட்டியே
குடியிருப்பாக உணர்த்தியது

கட்டியவளை அணைக்கும்போது
காலமெல்லாம் மஞ்சத்தில்
கற்கண்டாக இனித்தது

பெற்ற மகளைக் கொஞ்சும்போது
பேரின்பப் பெருங்கடலில்
பாய்மரமாய் பயணித்தது

பேத்தியைக் கொஞ்சும்போதுதான்
அந்தப் பேரின்ப ஊற்றெல்லாம்
இங்கேதான்
பிறப்பெடுக்கிறதோ என
பேதலிக்கிறது நெஞ்சம்!

கண்ட இடத்தில்...

வருக வணக்கம்!
வந்தேன் வணக்கம்!

நலமா?
நலமே!
அங்கேயே பொய் தொடக்கம்
மருத்துவமனையிலிருந்து வந்த இவன்

வாய் நாற்றம்
விலகி நிற்க ஓரடி தள்ளி
அப்போதுதான்
ஒட்டி உரையாட கட்டியணைப்பு
வியர்வை மணம்

எரிச்சலின் எரிசக்தி
ஏகத்துக்கு ஆவியாக

உள்ளத்தில் ஆயிரம்
உதட்டில் பிரிதாயிரம்
கனவு முகமூடி
குசலத்திலும் குதர்க்கமாக

ஆறிப்போன அன்பு விசாரணை
வற்றிய ஆறாக வறண்ட பரிமாற்றம்
உள்ளே காய்ச்சல்
'நல்லா இருக்கேன்'
அனிச்சையாக பதில்

வெங்காயம் அரிந்த
மெய்ஞ்ஞான விளக்கம்
பொய்முகப் பூரிப்பு

நாளாகக் காணோம்?
நான்கு நாளுக்குமுன் பார்த்ததை
வசதியாக மறந்து

போன இடத்தில்
கேட்ட இடத்தில்
கதைத்ததைக் கண்டதை
தேதி நேரம்
இடம் இத்யாதி
புள்ளி விவரமாகத் துல்லியமாகத்
தேவைதான்...?

ஒப்புக்கான பேச்சு
எப்போது விடுவான்
இடைவிடாத அரிப்பு
இருந்தும்
இரண்டு செவிகள்
ஒன்று கேட்க ஒன்று...
அப்போ வருகிறேன்
அப்பாடா மழைவிட்டது

எமகண்டம் அகன்றது
என்ற நினைவில் இவன்..

அவனும் அப்படியோ?
ஜனகணமன...

● குறள் 78

அன்பகத்து இல்லா உயிர் வாழ்க்கை வன்பாற்கண்
வற்றல் மரம்தளிர்த் தற்று.

மருத நிலத்தில் கரும்பு பூக்கும் - பச்சை
முல்லைக்காட்டில் மூங்கில் வளரும்
நெய்தல் சதுப்பில் நுங்கு தொங்கும் - உயர்ந்த
குறிஞ்சிமலையில் வாழை விளையும்

பாலைநில மணலில் பயிரேதும் வளராது - காய்ந்த
பட்டமரம் துளிர்த்துப் பார்த்திட முடியாது
பற்று இல்லாத சோற்று வாழ்க்கை - மனிதன்
இற்றுப்போன இரும்புக்கும் கீழோன்

கல்லுக்குள் ஈரம் கனிந்து வரும்போது - மணி
நெல்லுக்குள் உயிர் நிலைத்திடும்போது
சொல்லுக்குள் இனிமை சுரந்து வர வேண்டும் - மனித
உள்ளத்துள் அன்பு ஊற்றெடுக்க வேண்டும்!

(முதற் பரிசு 800 வெள்ளி பெற்ற போட்டி இணை இசைப் பாடல்)

● குறள் 1095

குறிக்கொண்டு நோக்காமை அல்லால் ஒருகண்
சிறக்கணித்தாள் போல நகும்.

தோட்டத்தில் பூக்களைப் பார்த்தேன் - காற்றின்
ஓட்டத்தில் ஆடிடக் கண்டேன்
மயிலொன்று சிலிர்த்திடப் பார்த்தேன் - அங்கே
மானொன்று துள்ளிடக் கண்டேன்

மலையோரம் குயிலோசை கேட்டேன் - எந்தன்
மன்னனே நின்றூதப் பார்த்தேன்
நெருக்கத்தில் அவன் முகம் கண்டேன் - அவனும்
நேருக்கு நேராக நோக்கி நின்றான்

பலவற்றைப் பார்த்த எனக்கவன் - அப்படிப்
பார்ப்பதைப் பார்க்க நாணி நான்
பார்வையை திருப்பிக் கொண்டேன் - அவன்
பாராதபோதுதான் பார்த்துச் சுவைத்தேன்!

(முதற் பரிசு 800 வெள்ளி பெற்ற போட்டி
இணை இசைப் பாடல்)

● இல்லம் சிறக்க இவ்வையகம் சிறக்கும்!

ஏட்டிலே இருப்பதுபோல் நாட்டிலே நடந்திடவே
வீட்டிலே விளக்கேற்ற வீதி முதல் எதிரொளிக்கும்!

கூட்டிலே இருந்தெந்தக் கோட்டைக்கும் அனுப்பிடவே
ஊட்டி வளர்த்திடுவோம்; உலகாளும் பிள்ளையை!

பாட்டைப் பாடுமுன் பாயிரத்தைப் படிப்பதுபோல்
நாட்டைத் திருத்துமுன் வீட்டைத் திருத்திடுவோம்!

வீடுவரும் விருந்தினரை நாடி, முகம் மலர்ந்திங்கு
கோடற்ற மனிதநேயக் கொள்கையைக் கடைபிடிப்போம்!

அடுக்ககம் மேலிருந்து அள்ளியேதும் வீசிடாமல்
அடுத்த வீட்டாரை அரவணைத்து வாழ்ந்திடுவோம்!

அறிவையும் அன்பையும் ஆன்றோர்தம் சொல்லையும்
பிறப்பில் இருந்தேநம் பிள்ளைகட்குப் போதிப்போம்!

உள்ளுக்குள் ஒழுக்கத்தின் உண்மையை உணர்த்தலோடு
முள்ளும் மலரும்தான் முழுமையான வாழ்வென்போம்!

கனிவன்பு பாசத்தை கற்பித்துக் கொடுத்துவிட்டால்
தனிமனித ஒழுக்கமது தானாக வந்துவிடும்!

சமையலறை நாற்றம் சாளரத்தைத் தாண்டிடாது
அமைதிகாத்து என்றும் அடுத்தவரை மகிழ்விப்போம்!

வானிடிந்து விழுவதுபோல் வருகின்ற பிரச்சனையை
நான்கு சுவற்றுக்குள் நாம்பேசித் தீர்த்திடுவோம்!

இந்நாட்டின் சட்டத்தை இமைபோலக் காப்பதோடு
மின்சாரம் தண்ணீரை மிதமாகப் பாவிப்போம்!

களைநீக்கி இல்லமதை விளைநிலம் ஆக்கிடநம்
இளையோர்க்குப் பண்பாட்டை இயல்பாக விதைத்திடுவோம்!

பொருளீட்டும் வகையறிந்து பொறுப்புடன் தினமுழைத்து
வரவுக்குள் செலவுசெய்து வைப்புநிதி பெருக்கவைப்போம்!

கல்வியிலும் சிறந்துநற் கற்றோராய்த் திகழவைத்து
களைப்பு நீக்கி, கலை கணினிமுதல் கற்கச் செய்வோம்!

பள்ளிதரும் பாடங்கள் பிள்ளைகட்குப் புரியவைத்து
அள்ளிவரும் மதிப்பெண்ணால் அகம்மலர வைத்திடுவோம்!

இல்லற வாழ்வின்வெற்றி இனியநல் வீதிவெற்றி
நல்லபல வீதிவெற்றி நாட்டுக்கே வெற்றிவெற்றி!

அணியணியாக நாடுவெல்ல அகிலமே வெற்றிக்கொள்ள
கணியன் பூங்குன்றன் கண்டகனா பலித்துவரும்!

(தேசிய கவிதைப் போட்டிக்கு)

● வாழ்க்கை என்பது...

கோட்டையினும் பாதுகாப்பானது
　　கருவறையில் உறங்கும்போது
தென்றலினும் இதமானது
　　தேடியவளின் தீண்டலின்போது
தெள்ளமுதினும் இனிப்பானது
　　தென்படுவோரெல்லாம் வாழ்த்தும்போது
மதுவினும் மகிழ்ச்சியானது
　　மழலைமொழி கேட்கும்போது
பஞ்சினும் மென்மையானது
　　தஞ்சமானவரைத் தாங்கும்போது
பறவையினும் சுதந்திரமானது
　　நிரம்பாராமல் பழகும்போது
மலர்களைவிட அழகானது
　　மாண்புடையாரெனப் போற்றும்போது
முக்கனியினும் சுவையானது
　　மூண்ட சண்டை மறையும்போது
ஆழியினும் அமைதியானது
　　தோழிமடி உறங்கும்போது
விருதுகளினும் பெரிதானது
　　விட்டுக் கொடுக்கும்போது

காற்றினும் வேகமானது
    கடமைகளை ஆற்றும்போது
மலையினும் உறுதியானது
    அலைபாயா கொள்கையின்போது
சூரியனைவிட வெளிச்சமானது
    இரகசியத்தைத் துறக்கும்போது
வானத்தினும் விரிவானது
    வாசகர்கள் நிறையும்போது
அருவியினும் கனமானது
    ஆன்றோர் சொல் கேட்கும்போது
பிறவியினும் பயனானது
    பிறருக்காக வாழும்போது!

● எதிரிபற்றி எழுதச் சொன்னால்...

எதிரிகளிருப்பதும்
இல்லாதிருப்பதும்
என் கையில் இருக்கையில்
எதிரிகளை இடித்துரைக்க
எழுத்துகள் எங்ஙனம் பிறக்கும்?

அறை வாங்காத
அடுத்த கன்னத்தைக் காட்டுகிறேன்
அறைந்தவன் திருந்தி
ஆயுள் வரை உனக்கு
'நண்பேன்டா' என்கிறான்.

இன்னா செய்தவரைப் பொருத்து
இன்முகம் காட்டுகிறேன்;
காய்களைப் பறித்தவனிடம்
கனிகளைக் கொடுக்கிறேன்
இனியுனக்கு நான்
'இளைய சகோதரன்' என்கிறான்

தீங்கிழைத்தவனைத் தேடிப் பிடித்து
பாங்குடன் பாடமெடுத்தேன்
முற்பகல் செய்யின்
பிற்பகல் விளையுமாவென
பற்பல சொல்லியென்
பாதம்பற்றி இனியுனக்கு
பணியாள் நான்தான் என்கிறான்

எதிரித்தன்மை என்கிற 'மை'
என் எழுதுகோலுக்குள்
இருந்தால்தானே
என்னால்
எழுத்துக்களைப் பிரசவிக்க முடியும்?

● அது தேவை

Sometimes …
Hurt is needed to make you grow,
Failures needed make you know,
Loss is needed to make you gain
Because some lessons are best
When through pain…

சில நேரங்களில்
யாரும் புண்படுத்தினால்
புண்படாதீர்!
ஏனெனில்
புதுப்பித்து வளர்த்துக்கொள்ள
அது தேவைப்படும்!

இழப்பு ஏற்பட்டால்
இடிந்துபோய்விடாதீர்!
இன்னும் ஏராளம்
ஈட்டி உயர
அது தேவைப்படும்!

தோல்வி ஏற்பட்டால்
துவண்டுபோய்விடாதீர்!
தெரியவும் அறியவும்
அது தேவைப்படுகிறது!

வலிகளின் வழியேதான்
வாழ்வின் படிப்பினைகளையும்
வானுயர்ந்த சில பாடங்களையும்
படிக்க முடிகிறது.

● இறையருள்

NOBEL PRIZE WINNER
Rabindranath Tagore's Poem
' BLOSSOM '
Go, not the same temple to put flowers upon the feet of God
First fill your house with the fragrance of love !

Go, not to the temple to light candles before the alter of god
First remove the darkness of sin from your heart!

Go, not to the temple to bow down your head in prayer
First learn to bow in huminity before your fellowdown!

Go, not to the temple to pray on bended knees
First bend down to lift someone who is downtrodden!

Go, not to the temple to ask for forgiveness for your sins
First forgive from your heart those who have sinned against you!

அன்புமணத்தால் அகத்தை நிரப்பியபின்
ஆராதிக்க ஆலயம் செல்
அதன்பின் ஆண்டவன் பாதத்தை
அலங்கரி அழகுப் பூக்களால்!

இதயத்தின் இருளை நீக்கியபின்
இறைவன் சந்நிதிக்குச் செல்
ஏற்று ஆயிரம் தீபங்கள்!

பாமரனிடம் பணியக் கற்றபின்
பரமனின் பிரார்த்தனைக் கூடத்தில்
பவ்யமாகக் குனிந்து கும்பிடு!

மண்ணில் கிடப்பவன் ஒருவனையாவது
வளைந்துத் தூக்கி நிறுத்தியபின்
மண்டியிட்டுக் கேள் ஆண்டவனிடம்
வேண்டிய பிரார்த்தனை நிறைவேற!

ஏதிலார் இழைத்த கொடுமைகளை
ஆதியும் அந்தமுமாக மன்னித்தபின்
வேண்டு, ஆண்டவனின் மன்னிப்பை!
விரட்டு, உன் பாவத்தை!

● ஏன் சொல்ல வேண்டும்?

உன்னுடைய
துயரங்களை
விலையாக்க
உலகில் சந்தைகள் ஏதுமில்லை

அதனால்
விலைபோகாத் துயரத்தைப்
பிறரிடம் விளம்பரப்படுத்தாதே!

– *பிறமொழியிலிருந்து கடன் வாங்கியக்கருத்து*

அழிவில் அழியா வெற்றி

அண்டை நாடுகளின் மேல்
ஆசை வைத்தான்
அன்புக்காதலி கிளியோபாட்ரா மேல்
வைத்தாற்போன்று
ஜூலியஸ் சீஸர்

பல நாடுகளின் புறமுதுகுகளைப் பார்த்தே
பழக்கப்பட்டுவிட்டான்
இங்கிலாந்துக்குள் நுழையுமுன்
இடையிலிருந்த
பிரான்ஸையும் வென்றான்

படையெடுப்பே தொழிலானதால்
படை சிறுத்தன; பலம் குறைந்தன

எதிர்கொண்டான் ஆங்கொருவன்
நீர்சூழ் நிலத்தரசன்

மாற்றான் வலியோடு
தன்வலி தாளாதென அறிந்தான் சீஸர்

ஆற்றைக் கடந்து நின்றான்
அணிவகுத்து நின்றன தோணிகள்
தோற்றால் தப்பிக்க.

அவ்வரசனை வாகைசூட
ஆழ்ந்து சிந்தித்தான்
சோர்ந்துபோன வீரர்கள் முகம்
சோரம் போய்விடுவோமோ அஞ்சினான்

சீஸர் ஆணையிட்டான்
சிப்பாய்கள் கண்முன்னே
சிதைத்தொழிந்தன படகுகள்
போரிடப் போகிறவர்களுக்குப்
போக்கிடமில்லை
மரணம் நிச்சயமானது
தோற்று மடிவதைவிட
போரிட்டு மடிவதே மேல் என
முடிவெடுக்க வைத்துவிட்டான்

துணிந்தவனுக்குத் துக்கமில்லை
வேறு வழியுமில்லை
போரிட்டு மடிய
போர்க்கோலம் பூண்டனர் வீரர்கள்

களத்தில்
வீரம் மட்டும் போதாது
விவேகத்துடன் வினை செய்து
வெற்றிபெற்றான் அன்று

உளவியலை அறிந்தெடுத்த
உத்தரவு ஒன்றினால்
உலகோர் நினைவில் இன்று!

எடுத்துக்காட்டாக என்றும்!

பூமாலை

பூக்களால் மாலை கட்டு பெண்ணே பெண்ணே!
புதைந்திருக்கும் பொருள்தெரியும் பின்னே பின்னே
வண்ண வண்ண பூக்கள்போல மாந்தர் என்றே
எண்ணி எண்ணி தொடுத்திடு கண்ணே கண்ணே!
- பூக்களால்..

சீன மொழித் தோழிக்குச் செவ்வந்திப் பூப்பறித்து
மலாய் பேசும் அக்காவுக்கு மல்லிப் பூ தேர்ந்தெடுத்து
ஜப்பானிய தைவானிக்கு ஜாதிமுல்லை கொண்டுவந்து
வியட்நாம் பிலிப்பினுக்கு வெட்டிவேர் தட்டியெடுத்து
- பூக்களால்..

சீக்கியர் சிந்திக்குச் சின்னவெள்ளை பன்னீர்ப் பூ
குஜராத்தி கொரியருக்குக் கொண்டைகுத்தும் ரோஜாப் பூ
பாகிஸ்தான் ஆஸ்திக்குப் பாரிஜாத வண்ணப் பூ
ஆகிவரும் இலங்கைக்கு அந்திபூத்த மந்தாரைப் பூ!
- பூக்களால்..

கன்னடம் தெலுங்குக்குக் கனவுதரும் கனகாம்பரம்
மலையாளம் பர்மாவுக்கு மகிழம் பூ தாழம் பூ!

வங்காளி தாய்க்கு வதங்காத வாடாமல்லி
உருதுக்கும் உலகமொழி பிறருக்கும் ஆர்க்கிட் பூ
- பூக்களால்..

ஆங்கிலேயம் அனைவரையும் இணைப்பதுபோல்
வாங்கிவந்த வாழைமர நார் பிரித்து
ஆரமாக்கு அப்படியே அழகு ஆக்கு
அதிலேதான் நல்லிணக்கம் மணந்துவர
- பூக்களால்..

எங்கள் நாடு சிங்கப்பூரில் எல்லா மலர்களும்
இறக்குமதி செய்தாலும் இணைந்தே வாழ்கிறோம்
பாரினில் முந்திடவே பம்பரமாய் உழைப்பதனால்
வேராவோம் வீட்டுக்கு! விழுதாவோம் நாட்டுக்கு!
- பூக்களால்..

● யாருக்கு யாரெதிரி?

பல்லவனுக்கும் சோழன் பாண்டியனுக்கும்
பின்னர்வந்த நாயக்கர்கள் உள்ளிட்ட
முகலாயர் மராத்தியர் முடிதரித்த யாவரும்
முன்னுரிமை கொடுத்து வளர்த்தார்கள்.
வழக்கொழிந்த வடமொழிக்கு அவர்கள்
வாகைசூட்டி மகிழ்ந்தார்கள்; வரலாற்றில்
பொற்காலம் என்றுரைத்துப் பூரித்தார்கள்.
புறம்நின்ற தமிழும் பிறந்தமண்ணில்
புகலிடம் தேடியே பின் நின்றது.
இருபதாம் நூற்றாண்டின் இடையிலிருந்து
ஈவேரா அண்ணா பாவாணர் ஈடாக
பிறப்புரிமை முன்னுரிமைப் பெற்றிடவே
முறைப்படி களம் பல கண்டபின்னர்
தமிழ்மொழிக்கு அரியணையைப் பெற்று இன்று
தலைநிமிர்ந்து தமிழர்களும் நிற்கிறார்கள்.
தமிழகத்தின் தலைவிதியைப் பாருங்கள்
'தாருங்கள்' என்றே கேட்கிற இடத்தில்
இன்னமும்தான் இருக்கிற சோகங்கள்.
உரிமையைக் கேட்டாலே உறுமுகின்றார்
எதிரியாக எமையுமவர் பார்க்கின்றனர்.

நாம் வணங்கும் தெய்வங்களைத் தொழுதிட
நமது மொழி கூடாதா என்று கேட்டால்
நமையெல்லாம் வடமொழிக்கு எதிரியென்பார்;
நமக்கது பிடிக்காத மொழியென்பார்.
இனிமைமிகு மொழியான எம் தமிழில்
இசையை நாம் பொருள்புரியப் பாடக் கேட்டால்
தாண்டுகிறார் எதிரியென்று சபிக்கிறார்;
தமிழுக்கும் தெலுங்குக்கும் சண்டையென்பார்
மாநிலத்தின் மையரசு அலுவல்களில்
மக்களுக்குப் புரியும் மொழி தமிழ்மொழியில்
இருக்கட்டும் ஆட்சிமொழி என்று கேட்டால்
எதிரியாம் இந்திக்குத் தமிழென்பார்கள்
கல்வி கற்று ஜப்பான்போல் கரைசேர்ந்திட
கற்றுக்கொடு தாய்மொழியில் என்று கேட்டால்
ஆர்ப்பாட்டம் கூப்பாடு போட்டுத் தமிழை
ஆங்கிலத்தின் எதிரியென்று அறிவிக்கிறார்.
தனியின மொழி மத நாட்டைத் தாண்டி
மனிதனுக்கென்று மட்டும் இயற்றப்பட்ட
திருக்குறளின் நன்மைகளைத் தேர்ந்தெடுத்தால்
உரைக்கிறார் கீதைக்கு நாம் எதிரியென்றே!
சேரன் சென்று வென்றுவந்தான் இமயம்வரை
சோழன் நீந்தி சுமத்திராவைச் சூழ்ந்தபோதும்
சொந்த மொழி படிக்கச்சொல்லி திணிக்கவில்லை
சுரணையுள்ள ஏதிலார்கள் எண்ணல் வேண்டும்.
இன்றும் எங்கள் தமிழகத்தில் மட்டும்தானே
ஒன்று முதல் உயந்த பட்டம் பெறும்வரையில்
மாநிலத்தின் மொழிகூடப் படிக்க வேண்டாம்.
மாற்றார்மொழி இரண்டறிந்தால் போதுமென்பர்
தலைமுறை தலைமுறையாகத் தமிழ் மண்தான்
அலைபரப்பி விருந்தோம்ப இலையிட்டது

■ புதுமைத்தேனீ மா அன்பழகன்

அச்சங்களும் அவதூறும் அடிப்படையில்
ஆதாரம் சிறிதேனும் அற்றவை எனவுணர்க!
என் தெருவில் விளக்கு எரியக் கேட்டால்
அவன் தெருவில் வேண்டாம் என்றா பொருளாகும்?
ஆதலினால் அறுதியிட்டுக் கூற முடியும்
ஆற்றல் மொழி தமிழென்றும் யாருக்கும்
அணுவளவும் எதிரியல்ல அறிந்திடுக!
எங்கள் தமிழ்ச் சிறப்புகளை எவ்விடத்தும்
எடுத்துரைக்கத் தயங்கமாட்டோம் ஏற்றிடுக!
உரிமைபெற உரிய இடத்தைப் பெற்றுத்தர
ஒருகாலும் ஓய மாட்டோம்; உறங்க மாட்டோம்!

(2011 - ஜூன் முல்லைச்சரம் இதழில் பத்மபூஷன் டாக்டர் வ.செ.குழந்தைசாமியின் 'உலகச் செவ்வியல் மொழிகளின் வரிசையில் தமிழ்' எனும் நூலிலிருந்து எடுத்தாண்ட கட்டுரையைக் கண்டேன்; கொண்டேன்; கவிதைவழி தந்தேன்.)

பயணம்

அன்றைய பயணத்தில்
அவள் இருந்தாள் மாணவியாக..

நேற்றைய பயணத்தில்
அவள் இருந்தாள் காதலியாக..

இன்றைய பயணத்தில்
அவளே இருக்கிறாள் மனைவியாக..

நாளைய பயணத்திலும்
கிழவியாக இருப்பாள் துணைவியாக..

உடன்வந்தே பழக்கப்பட்டவளுக்கு
ஒரு நாள் கொடுத்தேன்
ஓர் உறுதிமொழி.
'கடைசி வரை கைவிடமாட்டேன்' என்று..

கடைசி நாள் நெருங்க நெருங்க
கண்கள் குளமாகின்றன
கைகள் நடுங்குகின்றன.

எவர் என்னைச் சபித்தாலும்
இப்போது இதயம் இரும்பாகி
கைவிடச் சொல்கிறது
உறுதிமொழியை

பூவோடும் பொட்டோடும்
எனக்கு முன்
போய்விடவேண்டுமென்று
பொழுதெல்லாம் புலம்பி நின்ற அவள்
கைம்பெண் ஆனாலும் கவலையில்லை
கைவிட்டுவிடத் தீர்மானித்துவிட்டேன்
என் கடைசிப் பயணத்தில்..

(குறிப்பு: எதிர்ப்பக்கம் விவரம் பார்க்க)

Singapore weekly Magazine Tabla dt 4th November 2011

Sent from my iPhone

MOVING WORDS OF TAMIL POEM

A poem called " journey " won Mr. Masilamani Anbalagan the runner-up prize in The Moving Words Poetry Competition. The 68 – year old is no stranger to words, having published 17 collections of poems, short stories, novels, essays. He has also worked in the Tamil Film industry with well known director K. Balachander.

The winner of the competition, an inititative to create awareness of local poetry by presenting it in media spacesin SMRT trains and stations, was Mr. Loh Guan Liang (English poem picture perfect) and the other runner – up was Mr. Sha sel (Malay poem Bicara Keemasan or Golden Conversation)

The contest, which drew almost 2000- submissions in four Languages, saw 12 finalists selected by a panel of Judges. Their works were displayed on SMRT trains and public voting picked the winners.

■ புதுமைத்தேனீ மா அன்பழகன்

● இரவில் என்னையே தேடுவான்

மனிதன்
எஸ்கிமோ நாட்டிற்கு இடம்பெயர்ந்தாலும்
நெஞ்சில் இரக்கம் இல்லாதவன்
கொஞ்சமும் நன்றியில்லாதவன்.

இரவில் பெரும்பாலும் இல்லாளை நம்பாமல்
என்னை நம்பியவன் அவன்...
ஏனெனில்
இரவு முழுதும் விழித்திருப்பேன்
தாலாட்டுப் பாடி சத்தமிடமாட்டேன்
ஊஞ்சலில் ஆட்டி உலுக்கமாட்டேன்
பகலெல்லாம் உழைத்து
களைத்துப்போனவனை
என்னுள் வைத்தே தூங்கவைப்பேன்
அதனால்
என்னை இழுத்துப்போட்டு அணைத்து
முகத்தோடு முகம் பதித்து
ஆசையோடு ஒட்டிக்கொள்வான்

நன்றிகெட்டவன் மனிதன்
ஞாயிற்றுக்கிழமை வந்துவிட்டால்போதும்
வெறிபிடித்த கொலைகாரனாகிவிடுவான்
மூச்சு திணறத் திணற என்னை
நீருக்குள் வைத்து மூழ்கடிப்பான்
என் காலைப் பிடித்துக்கொண்டு
என் தலையைக் கல்லில்
பலம்கொண்ட மட்டும் அடிப்பான்
துவைத்தெடுப்பான்
சக்கையாகப் பிழிந்தெடுப்பான்
என் நெஞ்சிலுள்ள ஈரத்தைப் போக்க
தாங்காத வெயிலில் ஆவிபோக
வெறுந்தரையில் படுக்கப்போட்டு
கருவாடாக வறுத்தெடுப்பான்

அவனைவிட நான் உயரமானவனாம்
பொறாமைபிடித்தவன்
தண்டனை போதாதென்று
யாரையாவது துணைக்கு அழைத்துக்கொண்டு
முதுகெலும்பு முறிய ஒடித்து மடக்குவான்

இன்னும் கொடுமை என்னவென்றால்
இஸ்திரி பெட்டியால் சூடுவைப்பான்
பின்னர் யாரும் அறியாவண்ணம்
மூச்சுத் திணறட்டும் என்றெண்ணி
அலமாரிக்குள் தள்ளி
என்னை ஒளியவைப்பான்
பகலெல்லாம் கண்டுகொள்ளாதவன்
இரவு வந்தவுடன் என்னைத்தான் தேடுவான்

■ புதுமைத்தேனீ மா அன்பழகன்

இன்றைக்கு இவனை
பழிக்குப் பழி வாங்க வேண்டும்
சுவாசிக்கவிடாமல் செய்து
தூக்கத்திலேயே கொன்றுவிடத் தீர்மானிப்பேன்

ஆனால்
நான் இவனைப்போல் நன்றிகெட்டவன் இல்லை
என்னை அவன் அணைத்தவுடன்
எனையிழந்து மெய்மறந்து
ஒன்றி உறவாடத் தொடங்கிவிடுகிறேன்
இதுதான் என் பலகீனம்

ஏனெனில்
படுக்கிற மெத்தையில்
அவளைவிட எனக்குத்தான்
அதிக நேரம் ஒதுக்கித் தருவான்
குளிர்ந்துபோன அவன் உடம்பை
சூடாக்கும் சூட்சமம் எனக்குத்தானே தெரியும்
குளிர் வந்துவிட்டால்
இல்லாளை எழுப்பி அதட்டுவான்
'போர்வை' எங்கே என
என்னைத்தானே அவன் எப்போதும் தேடுவான்.

அடுத்த வீட்டு ஆலங்கன்று!

அந்தப்புரத்து மாடத்தில்
அருமருந்து துளசி வளர்க்க
அத்தனை முனைப்புகளையும்
ஆறுதலாகச் செய்து பார்த்தேன்

எல்லையில்லா முல்லை மணம்
எல்லோர்க்கும் பிடிக்குமென
கொல்லைப்புற வேலியருகே
கொடிக்குஞ்சை நட்டுப் பார்த்தேன்

கறிவேப்பிலைச் செடியிருந்தால்
கறிக்கு உதவும் என்றெண்ணி
உரம்போட்டு பதியன் நட்டு
உவகையாக நீர் வார்த்தேன்

நலம்கொடுக்கும் நிழல்வேண்டி
நுழைமுற்றம் தழைத்து நிற்க
நல்வேம்புக் கொட்டை போட்டு
நாற்புறமும் காவல் போட்டேன்

எலுமிச்சையும் நார்த்தையும்
என்னவளுக்குப் பிடிக்குமென
அக்கன்றை பெயர்த்து வந்து
ஆறு முறை புதைத்துப் பார்த்தேன்

எதிர்காலத் தலைமுறைக்கு
இளநீர் வேண்டுமென்று
ஏழு வகைத் தென்னம்பிள்ளை
எரு போட்டு நட்டுப் பார்த்தேன்

முக்கனியில் மாங்கன்றை
மூன்றிடத்தில் நாற்றாய் நட்டேன்
அருநெல்லி செடி நட்டேன்
ஆடுகள் மேய்ந்து போயின

கரையான் அரிக்க எல்லாம்
காணாமல் போய்விடவே
கன்னத்தில் கையை ஊன்றி
திண்ணையில் உட்கார்ந்து
அண்ணாந்து சோகத்தில்
அடுத்த வீட்டு இடுக்கைப் பார்த்தேன்

பாழடைந்த சுவற்றில் நின்று
'யார் என்னை நட்டார்கள்?
என்ன உரம் இட்டார்கள்?'
என்று கேட்ட ஆலங்கன்று
என்னைப் பார்த்துச் சிரித்ததுவே!

விண்மீன்

ஆரூடக்காரர்களுக்குக் கிடைத்த
அதிருஷ்ட ராசி!
அரிதாரம் பூசியவர்களுக்குக் கொடுத்த
அடையாளப் பெயர்!
வாரி இறைக்கப்பட்ட
வைர வைடூரியக் கற்கள்!
எண்ணெயின்றி எரிகிற
ஏற்றிவைத்த விளக்குகள்!
மின்னி அசையாத
மின்மினிப் பூச்சிகள்!
எண்ணமுடியாத கண்ணாடிச் சிதறல்கள்;
கண்சிமிட்டும் வெள்ளிப் பூக்கள்!

பகலில் ஒளிந்து நீ
இரவில் ஒளிரும் பரத்தையா?
உனக்கென்ன பெயர்?
தண்ணீரில் நீந்தும் மீனே - எப்படி
விண்ணில் நீந்துகிறாய்?
நட்சத்திரம் என நவின்றால்
நமக்கது புரிந்துவிடுமோ!

● அது என்ன?

சூடு சொரணையில்லை
சுத்தமாக உணர்ச்சியில்லை
வாழக்கூடாதென்று
வளரும்போதே வெட்டினாலும்
வாழ்ந்தே தொலைகிறது

வெட்டிடலாம் என்றால்
வெள்ளி அன்று கூடாதாம்
இரவில் என்றும் கூடாதாம்

உடனிருக்கும் வரை
உடன்பிறப்பாக உதவிடும்

அலங்கரித்துக்கொள்கிறார்
அணியையும் வணிகமாக்கி
ஆயிரம் பேர் பிழைக்கிறார்

வானவில் வண்ணங்களில்
வானத்து விண்மீன்களை
வரவழைத்துக் குடியமர்த்தும்
வடிவான பீடங்கள்

கின்னஸ் சாதனைக்குக்
கிட்டியவரை நீட்டிப்பர்
கன்னத்தைக் கீறி
காயமாக ஆக்கிடும்

இரும்பு மனிதனால் முடியாததை
எறும்பு இனத்தால் முடிகிறது
இழுத்துச் சென்று உண்ண.

அகற்றி அதை உள்போட்டால்
ஆகாது வீட்டுக்கு என்பர்
அதுவும் முளைக்குமென்று
அநேகம் பேர் சொல்லிடுவர்

உயிரொன்று இருப்பதாலும்
உபயோகப்படுவதாலும்
ஓவியமாய்ப் பாவிக்கிறோம்
உடம்போடு வாழ்விக்கிறோம்

மண்டை குழம்ப வேண்டாம்
மறைக்காமல் சொன்னேனேயானால்
மயிர் என்று சொல்லமாட்டேன்
மனித விரல் 'நகம்' என்பேன்.

தொற்றும் நோய்

ஊர் நடைப்பயணத்தில் ஒருவர்
ஒதுக்குப்புறம் உட்காருவார்
உடன்போன இவரும் அமர்ந்து
ஒரு சொட்டாவது நீர் கழிப்பார்!

அறுக்கிறார் மேடையில்
பொறுக்கமாட்டாத இவர்
அலுப்புத் தீர வாய் பிளந்தால்
அருகிலுள்ள அனைவரும்
கொட்டாவி விட்டே தங்கள்
கூட்டுறவைக் காட்டிடுவர்!

சிவந்த உடம்புக்காரியோ
செல்வந்தர் வீட்டுக்காரியோ
அணிந்துவந்த ஆடையிலோர்
ஆணி குத்திய கிழிசல் பார்த்தால்
அதுதான் பாணியென்று
கிடக்கிற சட்டைகளைப் பலர்
கிழித்துக்கொண்டு காட்சியளிப்பர்!

தொட்டுமட்டும் வருவதில்லை தொற்றுநோய்
தொடாமலும் வருகிறது அந்நோய்
காற்று நீரால் கடப்பதில்லை இந்நோய்
கண்டுவிட மனமும் மாறும் நோயாளியாக!

● நல்ல நேரம்

தேநீர்ப் பொட்டலங்களின்
திறன்கள் வெளிப்பட
வெந்நீர் தேவைப்படுகிறது

நம்மை நாம் பரிசோதித்து சரிசெய்ய
தோல்விகள் தேவைப்படுகின்றன

இலாபத்தை ஈட்ட
இழப்புகள் முதலீடாக வைக்கப்படுகின்றன

புத்துயிர் பெற்றெழ
விழுப்புண்களும் வலிகளும் உரமிடுகின்றன

தேர்ந்த நற்சிந்தனைக்குத்
தேடல்கள் தேவைப்படுகின்றன

அத்தனை புரிந்துணர்வுகளுக்கும்
அமைதி அடித்தளமாகிறது

எதிர்காலக் கற்பனைக் கஷ்டங்களுக்கு
நிகழ்காலக் கவலைகள் தீர்வாகாது

அதே ஆற்றுநீரை
அடுத்தடுத்து அள்ள முடியாது
காலம்போலவே
கடந்து ஓடிக்கொண்டேயிருக்கும்

வாழ்க்கை
நம்பிக்கையில் தொங்கியாடும் ஊஞ்சல்
அங்குமிங்கும் அலைக்கழிக்கப்படுகின்றன

நாளையைவிட இன்றே மேலானது
நம்பிக்கையுடன் தொடங்குவோம்!
தொடங்கும் நாளெல்லாம் நன்னாளே..

● நம்மில் யார் இவர்?

இன்பத்தில் சிரிப்பவன் மனிதன்
துன்பத்தில் சிரிப்பவன் ஞானி

கற்பனையில் சிரிப்பவன் கவிஞன்
கண்டவுடன் சிரிப்பவன் காரியக்காரன்

தெரிந்து சிரிப்பவன் நடிகன்
தெரியாமல் சிரிப்பவன் ஏமாளி

ஓயாமல் சிரிப்பவன் பைத்தியக்காரன்
ஓடவிட்டுச் சிரிப்பவன் வஞ்சகன்

உட்கார்ந்து சிரிப்பவன் சோம்பேறி
உழைப்பில் சிரிப்பவன் தொழிலாளி

வெள்ளையாகச் சிரிப்பவன் வெகுளி
கருப்பாகச் சிரிப்பவன் கபடதாரி

விட்டுவிட்டுச் சிரிப்பான் வில்லன்
வேலைமுடிந்து சிரிப்பான் கதாநாயகன்

காதலிக்கும் முன் சிரிப்பான் காதலன்
காதலித்தபின் சிரிப்பாள் காதலி

கேட்டுச் சிரிப்பவன் வணிகன்
கேட்டும் சிரிக்காதவன் கருமி

பல் தெரிய சிரிப்பவன் பச்சோந்தி
பால்போல் சிரிப்பவன் பாலகன்

முகம் பார்த்துச் சிரிப்பாள் மனைவி
வயிறு பார்த்துச் சிரிப்பாள் தாய்

கை பார்த்துச் சிரிப்பாள் மகள்
கணக்குப் பார்த்துச் சிரிப்பான் மகன்

பை பார்த்துச் சிரிப்பாள் பரத்தை
தை பார்த்துச் சிரிப்பான் விவசாயி

பாசம் பார்த்துச் சிரிக்கும் குழந்தை
வாசம் பார்த்துச் சிரிக்கும் நாய்

அடங்கிச் சிரிப்பவன் அறிவுக்காரன்
அடங்காமல் சிரிப்பவன் ஆணவக்காரன்

நாற்காலியில் சிரிப்பவன் அரசியல்வாதி
மேசையின்கீழ் சிரிப்பவன் அதிகாரி

புத்தகத்தில் சிரிப்பவன் படிப்பாளி
அனுபவத்தில் சிரிப்பவன் பாமரன்

குனிந்து சிரிப்பவன் வாரிவிடுவான்
நிமிர்ந்து சிரிப்பவன் வீழ்ந்துவிடுவான்

கண்ணீரைத் துடைப்பவன் நண்பன்
கண்ணீரை வரவழைப்பவன் துரோகி

காணாமல் போவான் கல்நெஞ்சன்
கை கொடுப்பான் மனிதநேயன்

எழுவாய்...

உண்மை
வெறும் புகழ்ச்சியிலை!

எங்கிருந்து வருவாளோ
எப்படித்தான் வருவாளோ
கருக்கலில்
அந்த
கருப்பு நிறத்தழகி.

அருகில் என் பள்ளியறை
அங்கு ஒரு மரக்கிளையில்
புள்ளினத்தோடு அமர்ந்து
பள்ளியெழுச்சி - எனக்குப்
பாடிட வந்திடுவாள்!

திருவாய் மலர்ந்து - அவள்
தினந்தோறும் செப்புகிறாள்
எழுவாய் எழுவாயென!

● மயக்கம்

சிலருக்குப்
போடாமலே மயக்கம்
போட்டவனைக் காட்டிலும்

சிலநேரம்
போட்டவனே தேவலாமென்கிறோம்
போடாதவன் செயல்பார்த்து

நடுமுள்ளாக நின்று
நாயகம் வழங்கவேண்டியவன்
எடுபிள்ளையாகத் தடுமாறுகையில்
நீதிதேவனுக்கு மயக்கம் வருகிறது
நியாயதேவிக்குத் தலை சாய்கிறது
பாதிக்கப்பட்டவனுக்கு வலி ஏறுகிறது
போதிக்கப்பட்டவனுக்குப் புரையேறுகிறது

பிரதிவாதி போருக்குப் புறப்படாதவரை
வாதியே வாகை சூடுவதால்
சிலசமயம்
போட்டவனே தேவலாமென்கிறோம்
போடாதவன் செயல்பார்த்து.

● தேனினும் இனிய...

பஞ்சவர்ணக் கிளி சொல்லும் பதிலுரை செவிக்கின்பம்
குஞ்சுக்கு வாய்திறந்து கொடுப்பதைக் காண்பதின்பம்
கொஞ்சுமொழியாள் கெஞ்சுகிற குரல் காதலுக்கின்பம்
பிஞ்சுக்கரம் பற்றி மகளைப் பேணுதலோ நெஞ்சுக்கின்பம்

தஞ்சமெனக் கேட்போர்க்குத் தாராளமாக மாறுவதின்பம்
செஞ்சோற்றுக் கடன்தீர்க்கச் செய்யும்நற் செயலின்பம்
கஞ்சிதனைக் குடித்துவிட்டு கழனியில் உழுவதின்பம்
பசியாய் பராரியாய் படுப்போர்க்குக் கனவேயின்பம்

திட்டியேநான் துரத்தினாலும் திட்டியவாய் மூடுவதற்குள்
குட்டிநாய் திரும்பிவந்து குழைந்தென்னைப் பார்ப்பதின்பம்
வட்டிலில் பிசைந்த சோற்றை வாஞ்சையாய்த் தாயெடுத்து
திட்டாமல் ஊட்டிவிடும் தெருக்காட்சி உச்சமென்பேன்

கட்டிலில் உடனுறங்க மெட்டியொலி வரும் ஓசையும்
சட்டியில் கடையும்போது சங்கமிக்கும் வளையோசையும்
சுட்டிப்பயல் வாய்திறந்து சொல்லும் முதல் சொல்லெல்லாம்
கட்டியம் கட்டிச்சொல்வேன் கணக்கிலா மகிழ்ச்சியென்பேன்

■ புதுமைத்தேனீ மா அன்பழகன்

யாப்பணியில் யாத்த செய்யுள் என்றுமே புலவர்க்கழகு
கூப்பாடு போட்டுண்ணும் குரல்நேயம் காக்கைக்கழகு
சாப்பாட்டில் சுவைகூட்டிச் சமைத்திடல் பெண்மைக்கழகு
காப்பதற்குப் பொருளீட்டும் கடமையே ஆண்மைக்கழகு

தாலாட்டின் ஆரிரோவும் தாய்க்குலத்தின் நலுங்குப்பாவும்
கோலாட்டம் கும்மிப்பாட்டு; குளக்கரைக் குலவைப்பாட்டும்
வாலாட்டும் குருவியோட்டும் சோளக்காட்டு ஆலோலமும்
மேலான தேன்சுவைக்கு மேற்கண்டவைநல் ஈடாமோ

ஆயிரம் இன்பங்கள் அலைமோதும் இவைபோல்
ஆனாலும் உள்மனமோ அறிவிக்கிறது முடிவுரையாக
தேமதுரத் தமிழ்மொழியும் தேர்ந்தநல்இலக்கியமுமே - அத்
தேனினும் இனியதென்பேன்; திகட்டாதென்றுரைப்பேன்.

என்னால் முடியாது

நன்றி மறப்பவனை மன்னிப்பேன்
 நரித்தனம் இருந்தாலும்
நல்ல நண்பனையும் மன்னிப்பேன்
 நயவஞ்சகம் செய்தாலும்
அன்பு அன்னையைக்கூட மன்னிப்பேன்
 அப்பாவைப் பழித்தாலும்
என்னால் மன்னிக்கமுடியாது
 எந்தமிழைத் துற்றுவானை!

● காவிரியில் நீர்

மலையிலிருந்தும்
மழையிலிருந்தும்
மண்டிவரும் தண்ணீரை
எல்லை
தாண்டிப்போக விடமாட்டோம்
மடை திறக்கவும் அனுமதியோம்
எனச்
செப்பும் செம்மல்களே
கல்நெஞ்சக் கன்னடர்களே
திறக்காதீர்கள்!

ஒன்று செய்யுங்கள்
அளவுக்குமேல் நீர் வரும்போதும்
மடை திறக்காதீர்கள்!

நாங்கள் இன்று
நீரின்றி சாவதைப்போல்
நீங்கள் அன்று
நீர்மூழ்கிச் சாவுங்கள்!

● அடையாளம்

முன்னாளின் நினைவோடு மூத்தோர்சொல் மறவாமல்
இந்நிலத்திற்(கு) கேற்றதொரு இலட்சிய உணர்வோடும்
தந்தநற் பண்பாடு தாய்மொழி தமிழோடும்
அந்தந்த நாட்டிலேயும் அடையாளம் காட்டிடுவோம்!

முன்னாள் என்றவுடன் முன்னாள் பிரதமரின்
இன்னாள் அன்னாள் இனிய சில நினைவுகள்
எம்நெஞ்சில் நிழலாடும்; இறவாமல் புகழ்பாடும்
அம்மம்மா கூறுதற்கு ஆயிரம் பா போதாது.

பெருமை சிறப்புகளைப் பிரசவிக்கப் போவதில்லை
அருமை தெரிவதற்கு அத்தனையும் கூறவில்லை
ஒன்றிரண்டு சொன்னாலே ஒருசோறு பதம்போலும்.
நன்றிதைப் போல எந்த நாட்டிலேயும் பார்க்கலாகா!

அகத்திலும் புறத்திலும் தூய்மையை இருத்தி
அல்லிலும் பகலிலும் அழுக்கிலா ஒளிக்கொடுத்து
சட்டமதை ஒழுங்குதனை சரிநிகர் கடைப்பிடித்து
திட்டத்தைத் தீட்டியே செயற்படுத்தும் அரசாங்கம்.

■ புதுமைத்தேனீ மா அன்பழகன்

எதிலெதிலும் தொலைநோக்கு ஏற்றதொரு நல்லிணக்கம்
அதிலதிலும் வளர்ச்சிகாணும் அகிலத்திலோர் திருநாடு
சிங்கப்பூரின் சிறப்புகளுக்குச் செப்பியவை மட்டும்தான்
அங்க அடையாளமென்று அறிவித்தல் நிறைவுதரா.

பொதுமக்கள் புடைசூழ பூந்தளிர்கள் கொடிபிடிக்க
மிதவையில் மாதர்கள் மேடைமீது நடனமாட
வான்குடையில் வீரர்கள் வரிசையாக இறங்கிவர
தேன்மதுர இசையினிக்க தெவிட்டாதக் காட்சிகள்

தேசிய நாள் கொண்டாட்டம்! தேம்ஸ் நதி போலவொரு
ஆசியாவின் திலகமான அழகுசிங்கை நதியோரம்
பாராளும் மன்றத்தில் பாங்குடைய தலைவர்கள்
நேராக வந்திடையில் நேர்த்தியாக அமர்ந்தனர்.

பிரதமர் லீசியாங்லூங் பெரியதொரு வாகனத்தில்
கரவொலி வான்பிளக்க கையசைத்து வருகின்றார்
அரங்கத்தில் எழுந்து அனைவரும் நிற்கின்றனர்
பிரதமராக இருந்தயெம் பிதாமகன் உள்ளாக.

தந்தையே எழுந்துநின்று தலையனுக்கு மரியாதை
தந்திடும் கோலத்தைத் தரணியில் பார்த்ததுண்டா?
இறக்குமுன்பே எழுதிவிட்டார் ஏற்றதொரு உயிலொன்றை
மரண தின விடுமுறையாக மறந்தும்(ம)அு றிவிக்காதீர்

இருந்த தன் இல்லத்தை இடித்துவிட எழுதிவிட்டார்
ஒரு நினைவும் தனக்காக உருவாக்க வேண்டாவாம்
அன்னவனே தந்தையாம் அழகுதிரு நாட்டுக்கு
என்னென்பேன் ஏதென்பேன் இச்செயலைப் பார்த்து.

இதுவும்தான் அடையாளம் இந்த நாட்டின் சிறப்புக்கு
அதுவும்தான் அடையாளம் அழகுதிரு தலைவர்க்கு
இந்தியாவின் தொடர்பில் இன்னும் நாம் இருப்பதாலே
இங்ஙனம் நடப்பதெல்லாம் எமக்கெல்லாம் வியப்புதானே?

அத்தனையும் பாடமென அனுபவத்தின் தீனியென
எத்தனிப்போம் வாழ்நாளில் இருந்திடும் மிகுதிநாளில்
முத்தளவே இருந்தாலும் முழுமைபெற்ற நாடிதனை
நித்தம்நித்தம் போற்றுவதை நினைவில்நாம் இருத்திடுவோம்!

(2014)

● அழுகிய பழம் திரும்புமோ?

எதையாவது செய்யலாமென
எடுத்தடி வைக்கும்போது
எமகண்டம் குளிகை
ஏகாதசி விரதம் என்கிறார்கள்

அஷ்டமி நவமி
அமாவாசைக்கு அடுத்த நாள்
ஆகாத கிழமையென
அறிவுரை ஆற்றுகிறார்கள்

வெள்ளிக்கிழமை ராத்திரியில்
அள்ளிக்கொடுத்திட்டால்
தங்காது வீட்டில்
தனலட்சுமி என்று
பலகீனத்தைப் பயன்படுத்தி
பயமுறுத்தி நிறுத்துகிறார்கள்

குங்குமச்சிமிழ் கொட்டினால்
மங்கிவிடும் வளர்ச்சி
அமங்கலச் சொல்லில்

அடியெடுத்து வைக்காதேயென
திமிங்கிலமாய்ப் பயமுறுத்துகிறார்கள்

மூல நட்சத்திரம்
மூழ்கிவரும் செவ்வாய்தோஷம்
ஆளைக்கொல்லும் ஜாதகத்தால்
அதிர்ஷ்டம் இல்லையென்றும்
அப்படியே திருமணத்தை
அடம்பிடித்து முடக்குகிறார்கள்

வடக்கே சூலம்
வாக்கில்லா சனிமூலை
திசைக்கொன்று சொல்லி
அசையாமல் செய்கிறார்கள்

எரியும்திரி அணைந்துபோனால்
ஏற்றியபால் திரிந்துபோனால்
நெருடல் வந்ததென்று
ஆரூடம் சொல்கிறார்கள்

கரிநாளென்றும் தேய்பிறையென்றும்
குறிசொல்லும் பல்லி
குறுக்கே போகும் பூனை
வெள்ளைப் புடவை
எள்ளாட்டும் வாணிகன்
எதிரே வரக்கூடாதாம்
தெள்ளத் தெரிகிறதாம்
தேறாதாம் தொடங்கும் வேலை

தங்கை தும்மினாலோ
‘எங்கு போகிறாய்?’
என்றெவரும் கேட்டாலோ
திரும்பவந்து உட்கார்ந்து
அருந்தச் சொல்வார் தண்ணீரை

அரசமரத்தைச் சுற்றிவிட்டு
ஆளுக்கொரு அறை படுத்தால்
ஆண்மகவு உருவாகுமா?

ஆண்டவந்தான் படைத்தான்
அனைத்தையும் - உண்மையென்றால்
அதிலே ஏன்
உதவாத நாளென்றும்
ஒத்துவராத நேரமென்றும்
தத்துவார்த்தம் பேசுவானேன்?

சமயம் வாய்க்கும்போது
சாமர்த்தியமாய்ப் பயன்படுத்தாது
நாளும் கிழமையும் பார்த்து
நழுவ விட்டுவிட்டு
அழுதுபுலம்பினாலும்
அழுகிய பழம் திரும்புமோ?

பேறும், மழைப் பொழிவும்
நாறும் பூ மலர்ந்தாலும்
எண் கணிதம் பார்க்கிறதா?
எதற்காவது காத்திருக்கிறதா?

வாய்ப்பான நாளெல்லாம்
வசதியான நேரமெல்லாம்
பொன்னான உன்நாளே!
கண்ணான திருநாளே!
காரியம் தொடங்கிவிடு!
கச்சிதமாக முடித்துவிடு!

அறுந்துவிடுமா உறவு...

பெற்றெடுத்தாள் அன்னை
பெண்பிள்ளை ஒன்றை
பாலூட்டித்தாலாட்டிச் சீராட்டினாள்
பள்ளி, கல்லூரியெல்லாம் படிக்கவைத்து
பட்டங்கள் பலவும் பெற வைத்தாள்
காலத்தே பயிர் செய்யும் கடமை எண்ணி
கைப்பிடித்து ஒருவனிடம் கொடுத்தும்விட்டாள்

பிறந்தகம் பிரிந்து
புகுந்தகம் போகும் புதுமணப் பெண்ணுக்கு
அதிரசம் முருக்கு உருண்டை
அடுக்கடுக்காய்ப் பாத்திரங்கள் எடுத்துவைத்து
கோரைப்பாய் குத்துவிளக்கு கையில் கொடுத்தாள்

பூட்டிய பொட்டுவண்டிப் புறப்படுமுன்
புழக்கடை ஓரம் நின்று
பார்வதியின் பாதி உடம்பாக
மறைந்து நின்று பார்க்கையில்
மறைத்துவிடும் கண்ணீரை

மகள் வாழ்க; குலம் வாழ்க
எங்கிருந்தாலும் வாழ்க;
எந்தக் குறையும் இல்லாமல் வாழ்க
மனத்துக்குள் மாசு இன்றி
மனமார வாழ்த்தி நிற்பாள்.

பந்தபாச சொந்தங்கள்
பழுதாகிப் போய்விடுமா பிரிந்தாலும்?

மறு அழைப்பு மாப்பிள்ளை அழைப்பு
ஆடி அழைப்பு
அடுத்த மாதம்
அம்மன் கோவில் திருவிழா அழைப்பு
குலதெய்வக் குறை தீர்க்கக் கிடாவெட்டி
இலைவாழைத் தலைவிருந்துக்கு அழைப்பு

மாதமாக இருக்கிறாள் மகளென்று
மாங்காயை அனுப்பிவைப்பாள் மூட்டைகட்டி
வளைகாப்புத் திருவிழாவிற்கு - ஊரை
வாய்மொழியாகச் சொல்லி அழைத்து
வகைவகையாக விருந்தளித்து மகிழ்வாள்

பேறுபார்க்க வேறு அழைப்பு
பெற்றபின்
பெயர்சூட்ட உறவுக்கெல்லாம் அழைப்பு

அழைப்பு அழைப்பு அழைப்பு
அழைத்துக்கொண்டே இருப்பாள் ஆனந்தமாக
அடுத்த குழந்தைக்கு அச்சாரம் போடு என்பாள்
பேத்தி வளர்ந்து

■ புதுமைத்தேனீ மா அன்பழகன்

பெரியமனுஷி ஆவதற்குள்
இளைய மகனுடன்
இணைத்துவைத்துப் பேசிடுவாள்
பேச்சிலேயே சம்பந்தம் பேசி முடித்திடுவாள்

அறுந்து போய்விடுமா உறவு - பெண்ணை
அடுத்த வீட்டுக்கு அனுப்பியபோதும்?
தமிழன் நாகரிகப் பண்பாட்டை
தரணி சொல்லும் சங்கப் பாட்டாக.

அறிவாய்

செம்மொழி ஆகிட செந்நெல் விதைத்தவர்
சேற்றினில் புதைந்தனரோ - அவர்
தம்மொழி தழைத்திட தம்முயிர் ஈந்தவர்
தரணியில் எத்தனைபேர் - ஆனால்
இம்முறை ஏற்றிய இன்மொழி விளக்கினை
யாரெவர் அணைத்திடுவர் - அன்று
மும்மொழித் திட்டத்தின் முடிவுரை எழுதிய
முத்தமிழ் எந்தமிழே!

தன்னால் விளைந்தது தரணியில் முடிந்தது
என்றவள் உரைத்தாலும் - தேர்தலில்
இன்னா நாற்பதோ இனியவை நாற்பதோ
எந்தமிழ் நாற்பதோ - உணராது
முன்னால் முனைந்தும் பின்னால் தள்ளியும்
முடிந்தது என்றறிவாய் - ஏற்ற
நன்னாள் தேர்ந்து நுண்மான் பறைந்த
பொன்னாள் போற்றிடவே!

(2004இல் தமிழகத்தில் நடைபெற்ற நாடாளுமன்றத் தேர்தலில் 40 தொகுதிகளிலும் திமுக-காங்கிரஸ் கூட்டணி வெற்றி பெற்றதைத் தொடர்ந்து கலைஞர் வேண்டுகோளையேற்று தமிழைச் செம்மொழியாக மத்திய அரசு அறிவித்தது)

நாற்காலி

அன்று
அதியமான் அவையில்
அரசைப் புலவர்கள்
அதிகமானோர் வருகை

நிரம்பிவழிந்த நிலையில்
நிகழ்வுத் தொடங்குகையில்
நுழைந்தார் புலவர் ஒருவர்

அரசன் அதியமான்
இருக்கை இல்லாத நிலையில்
எழுந்தோடி எழுப்பினான்
அவ்வையாரை!
புதிய வருகைக்கு
இருக்கை கிடைத்தது

அவ்வையாரை
தன்னிருக்கையிலேயே
பகிர்ந்துகொண்டதாகப் புகல்கிறது
வரலாறு

அன்று
அவ்வாறு பெருமைப்படுத்தப்பட்ட
நாற்காலி
இன்று எவ்வாறு
சிறுமைப்படுத்தப்படுகிறது
அதிகாரப் பிரியர்களால்!

இடைவெளி

சொல்லுக்குச் சொல்லெடுப்பர் சொற்சிலம்பர் - மற்று
சொல்லாமல் செயல்படுவர் சுறுசுறுப்பாய்
பல்லினும் மெல்லமெல்ல நாநீளும் - பயிரின
நெல்லினும் நீடுயரும் புல்லினம்போல்

கல்லாது இருப்பாரைக் கறைபடியும் - குறையுடைய
சொல்லாது சொல்வோரைச் சோர்வடையும்
வல்லாரை வீழ்த்திடுவர் வாய்ச்சொல்லில் ஒத்த
நல்லாரை நலம்பாடி புகழடையும்

துல்லியல் பேச்சென்று தோன்றினாலும் - பொருளே
இல்லாதப் பேச்சென்றும் இயம்பிடுவர்
நில்லாக் கொள்கையை வசைபாடின் - உலகம்
கொல்லாது கொன்றுவிடும் புறம்பாடின்

அல்லுக்குப் பகலென்ன முந்தியதா வெறுமனே
சொல்லாடல் சோர்வுற்றுப் போகட்டும்
சொல்லுக்கும் வாழ்வியலின் செயலுக்கும் - இடைவெளி
இல்லாது இருப்பாரே ஏற்புடையர்.

இல்லாதிருப்பவன்

பணமில்லை எனத் தினமும் பல்லவிகள் பாடிடுவான்
பணம்தேடி இடம்தேடி பஞ்சாய்ப் பறந்திடுவான்
பிணத்துள்ளும் மலத்துள்ளும் பணந்தேடிக் கழுகாவான்
உணவுக்கும் ஒரு சீசா தண்ணீருக்கும் உடன்படுவான்

மனம்போன போக்கினிலே தினம்பேனா பிடித்திடுவான்
தனைமறந்த நிலையினிலே தள்ளாடிப் பிதற்றிடுவான்
துணைநிற்பான் கழுத்தினிலே துண்டிட்டு முறுக்கிடுவான்
அணைபோடத் தெரியாமல் அருவருப்பாய்ப் பேசிடுவான்

கல்வியிலே கேள்வியிலே காவலாளி தானென்பான்
நல்மணியே நானென்று நாகூசா நவின்றிடுவான்
செல்வந்தர் முன்னாலே சேயிழந்த தாயாவான்
சொல்வந்தும் கேளாமல் சுரணையின்றி நின்றிடுவான்

சேர்ந்தவனை செருக்கனெனச் சிறுநாவால் செப்பிடுவான்
சேர்ந்தபோது செல்வரிடம் சொரிந்துதலை ஆட்டிடுவான்
சேர்த்திடவே இயலாதான் சேர்த்தவனை நிந்திப்பான்
வார்த்தைகளை வாந்தியாக்கி வசைபாடிக் கொப்பளிப்பான்

செல்வந்தன் ஆனதிங்கு சேர்த்தவனின் குற்றமல்ல செல்வத்தில் செருக்குடைமை சேர்த்தவனுக்கும் அழகல்ல செல்வத்துடன் சேர்ந்தகிளைத் தாங்குவானே சிறப்படைவான் சொல்வேந்தர் நாமல்லர் செயல்வேந்தர் ஆகிநிற்போம்.

● சூரியனின் சிறப்பு

புல்வெளியில் பனித்துளிகள் புதுக்கோள வண்ணமதில்
இலைவழியே இறங்கியோடி தரைதழுவி வேர்நனைக்கும்
இதைத்தடுக்க எழும்புகின்றான் எதிரிலோர் இளவெய்யோன்
அதைத்தடுக்க இயலவில்லை அங்குள்ள தாவரத்தால்
பனித்துளியை ஆவியாக்கிப் பரிதிமேல் எடுப்பதாலே
இனியெதிரி இவன்தான் எனச்சினம் புற்களுக்குக்
கடுங்கோபம் அறிந்தநல் கதிரவனோ மனமிறங்கி
இடையிலே எதிர்கொண்ட எடையிலா முகிலிடம்
எனக்காக உதவியொன்று, உனையழித்து மழைபெய்து
சினம்தணிப்பாய் என்றுரைத்தான் தரைவளர் இனமெல்லாம்
அறிந்தபின் செடியாகி மரமாகிக் கனிந்ததுவே
பரந்தவெளி ஞாயிறவன் பாசத்தில் சிரித்தனனே!

● நீ நிஜம்

அன்றிரவு மணி பத்து
தொலைக்காட்சியில்
உலக அழகிகளின் போட்டி

‘உட்கார்ந்து பாருங்களேன்
உவகை தாராதோ?’
உரிமையுடன் சொன்னாள் இல்லாள்
உழைப்பவனுக்கு
உவகை கிடைப்பது
உறக்கத்திலேதான்

நீ பார்க்கும்
நூறு என்ன?
நூறாயிரம் அழகிகள்
நூலிழைகூட அணியாது
நீந்திடுவர்
என் கனவுத்தடாகத்தில்

நான் கண்டு களித்திடுவேன்
ஒரே கல்

இரண்டு மாங்காய்
எனச் சொல்லி எழுந்தேன்

என்னை மறந்திடாதீர்களென
இடைமறித்தாள் இல்லக்கிழத்தி

நிழல் எப்படி நிஜமாகும்?

● **தியாகம்**

காலமாற்றத்தைக்
கணக்கிட்டு
கணித்தபின்னர்

மகாத்மா காந்திக்குப் பிறகு
பல காந்திகள்
ஜவஹர்லால் நேருக்குப் பிறகு
பல நேருகள்
வாழ்ந்தும்
தியாகத்தில்
சோபிப்பது சோனியா காந்திதான்

கைக்கு எட்டியதை
வாயில் போடாததால்

(31.05.2004 இந்திய நாடாளுமன்றத் தேர்தலில் காங்கிரஸ் வெற்றிபெற்றும் அதன் தலைவர் சோனியா பிரதமராக விரும்பாததை எண்ணி)

இன்னுமா உறங்குகிறாய்?

இன்னுமா உறங்குகிறாய்
தின்னதெல்லாம் செரித்துப் போயும்
இன்னுமா உறங்குகிறாய்?
வெள்ளி முளைத்து விடிந்தபின்னும்
இன்னுமா உறங்குகிறாய்?
எழு தமிழா எழுந்து வா வெளியே!

காத்திருக்கும் கடமைகளோ
கணக்கில் அடங்கவில்லை!
கட்டிவைத்த கற்பனைக்கோ
பூட்டிய கதவு திறக்கவில்லை
உறவுக்குக் கை நீட்டாமல்
உரிமைக்குக் குரல் கொடுக்காமல்
அடிமைக்குச் சாசனம் எழுதிக் கொடுத்து
அயர்ந்து உறங்கும் தமிழா
விழித்தெழுந்து வெளியில் வா!

தவறுகள் தெரிந்தபின்னும்
தட்டிக்கேட்கத் தயங்குகிறாய்
கேட்பவனையும் ஒளிந்திருந்து

காட்டிக்கொடுத்துப் பழகிவிட்டாய்
நட்டுவைத்த கற்கள்போல
நியாயம் எது தெரியமாட்டாய்
புட்டுப்புட்டு வைத்தாலும்
பூமி இரண்டாய் வெடித்தாலும்
வாய்திறவாச் செவிட்டு அப்பன்களே,
கண்திறவாக் குருட்டுப் பிள்ளைகளே
இருட்டிலே வாழ்ந்து செத்துமடிவதற்கா
கருவிலே உருவாக்கினாள் வீரத் தமிழச்சி
எழுந்து வாருங்களய்யா வெளிச்சத்துக்கு!

குட்டக்குட்ட குனிந்ததுபோதும்
கருத்துக் கோடரியை எடு கையில்
குட்டியவன் தொலைந்தான் அன்று
முட்டியை முறுக்கி சொல்லில் காட்டு
முதுகைக் காட்டியே ஓடுவான் நன்று
தட்டிப்பறித்தவன் தோளை உலுக்கி
தொட்டு ஒரு விழி விழித்துப் பார்!
பாதத்தில் வீழ்ந்துகிடப்பான் பவ்யமாக

கூட்டுக்குள் உறங்கியதுபோதும்
பட்டுப் பூச்சியைப்போல நீயும்
பிய்த்துக்கொண்டு வெளியில் வா
பெரிய உலகிற்குள் புகுந்து புறப்படு
சுதந்திரக்காற்றை நீ சுவாசித்துப் பற

நீட்டி நீட்டி முழங்குவர் மேடையில்
கொட்டிக்கொட்டி கொடுப்பதாகக்
காரியங்கள் முடிந்தபின்னர்
கச்சிதமாக நழுவப் பார்ப்பர்

நடுவீதியில் நிற்கவைத்து
நான்கு வார்த்தை கேட்டுப் பார்
பின்னங்கால் பிடரியில் பட
முன்னங்கால் முகத்தைத் தொட
ஓட்டமெடுப்பர் காத தூரம்.
ஏமாந்து இளைத்ததுபோதும்
எடுத்துவைப்பாய் காலை முன்னே!

பேச்சில் தேன் ஒழுகியோடும்
மூச்சு வெப்பத்தில் பனியும் ஆவியாகும்
ஊரார்முன் உற்ற நண்பன் என்பர்
ஒரு குற்றமும் செய்யாது ஒரு நாள்
கிணற்றுக்குள் விழுந்துவிட்டால்
கைகொடுத்துத் தூக்கமாட்டார் மாறாக
கைகொட்டிச் சிரித்து மகிழ்ந்து
கல் ஒன்றையும் வீசிப் பார்ப்பர்
இந்தச் சூழல்தான் நம்மைச்சுற்றி
இதுதான் உலகம் என்பதை மாற்ற
முகமூடி கிழித்து அரிதாரம் கலைத்திட
விழித்து வா! விடியலை வந்து பார்!

கன்னித் தமிழில் கலப்படம் நீக்க
தமிழனுக்குத் தமிழன் எதிர்ப்பைப் போக்க
குரோதம் குறைக்க; கொலையை நிறுத்த;
கொள்ளை தடுக்க; கொடுமை முடக்க
பொறாமை ஒடுக்க; புண்படும் சொல் தவிர்க்க;
கயமை மாற்றி; கற்பழிப்பு தவிர்த்து
சோம்பல் ஒழித்து, நேரம் காத்து
கற்றுத் தேர்ந்து; காரியம் ஆற்றி;
போற்றுவார் போற்றி; தூற்றுவார் விலக்கி;

வாய்மை பேசி; வானுயர வளர;
இத்தனைப் பணிகள் உன்முன் நிற்க;
எப்படி வந்திடும் நித்திரை உனக்கு
கடமைகள் ஆயிரம் காத்து இருக்க
கண் விழிப்பாய் தமிழா கண் விழி!
இன்னமும் உறக்கமா? எழுந்து வா!
என்னையும் உன்னையும் காத்திட
எலியென்று எதிரிகளை எண்ணி
புலியெனப் புறப்படு; புதர்விட்டு வெளியேவா!

இன்னுமா உறங்குகிறாய் என் நண்பா!
தூங்கியது போதும். பள்ளியெழு துள்ளியெழு
வீரம் எமது இருப்பு; விவேகம் எமது சொத்து
புறப்படு போருக்கு; புல்லர்களின் புறமுதுகில்
புத்தாக்கச் சிந்தனையில் புத்துலகைப் பார்க்க!

காவல்

எங்களூர் எல்லையில்
காவல் தெய்வம்
கருப்புசாமி காவல் காத்து நிற்கிறது.
அதன்
கையிலிருந்த எறிவேலைக் காணவில்லை
காவல் நிலையத்தில்
புகார் கொடுத்துள்ளார்கள்

வெற்றிலை பாக்கு

வேலியோரம் படர்ந்திருக்கும் வெற்றிலையை
விருப்பத்துடன் கிள்ளிவந்த பாட்டி
வெங்கல 'வெற்றிலைப் பெட்டி'யுடன்
பித்தளைப் 'பாக்குரல்' தேடியெடுத்தாள்

சுண்ணம் தடவி இலையைச்
சுக்குநூறாய் கிழித்துப் போட்டு
பச்சைப் பாக்காய் தேடியெடுத்துப்
பாக்குவெட்டியால் சீவிக்கொட்டி
உலக்கை எடுத்து மசித்துக்கொண்டாள்!

இடையே இறவாணத்தில்
பழைய துணி சுற்றிப்
பதப்படுத்திய புகையிலையில்
சுண்டுவிரல் துண்டளவு
துண்டித்துச் சேர்த்துக்கொண்டாள்!

பொக்கைவாய்க்குள் அந்த பூரணத்தை அடக்கி
பொழுதெல்லாம் அசைபோட
கொள்ளை ஆசை! கோடி இன்பம்!

மெல்லுவதும் துப்புவதும் போதுமாம்
சோறு தண்ணீர் வேண்டாவாம் பாட்டிக்கு

'இப்படியே கொடும்பில் அடக்கி வந்தால்
கன்னத்தில் புற்றுநோய் கண்டிப்பாய் வந்திடுமாம்
வேண்டாமே பாட்டி! வேண்டாவாம்' என்றேன்

'வீடு போபோ என்கிறது
காடு வாவா என்கிறது
பரம்பரையாய் போற்றிவந்த
பழக்கத்தையா விட வேண்டும்?
புற்றுநோயென்னை பற்றவா போகிறது
போடி... போ... போக்கத்தவளே'
என்றேயென் வாயடைத்தாள்.

அன்று நான் மலாக்கா சென்றபோது
அங்கிருந்த பாட்டி காத்து வந்த
அரிதான பாரம்பரை அடையாளத்தை
இன்று நான் கண்டேன் அருங்காட்சியில்.
பின்னோக்கி ஓடியது நினைவெல்லாம்
பாரம்பரியம் காக்கும் இந்தப் பட்டணத்தில்.

● என்னை மறந்து...

அவர்கள்
என்னிடமிருந்து எதையாவது
எதிர்பார்க்கும் முன்புவரை
என்னை
எவ்வளவு எளிதில்
மறந்திருந்தார்கள்!

காரியம் முடிந்தவுடன்
கல்லாவை நிரப்புகிறார்கள்
கடையைக் கட்டுகிறார்கள்
எல்லாவற்றையும் மறக்கிறார்கள்.

கனம் கரைந்த பின்பு
கதவைத் திறக்கிறார்கள்
சூரிய நமஸ்காரத்திற்கு.

காணவில்லை கண்களைத்தான்
ஒளிந்து நிற்கிறது வருத்தம்தான்

நானும்
அப்படியாக இருக்கும்பட்சத்தில்
பொய்யுடை தரித்து நிற்கிறது
அதே வருத்தம்.

மாற்று வழி

அன்றொரு நாள்
ஆர்சர்டு சாலையில் நடந்துபோனேன்

கையில் திஸ்யூ கட்டை நீட்டி
ஒற்றைக் காலுடன் ஒருவர்
என்னைப் பார்த்தார்
ஏக்கச் சிரிப்புடன்.

வாங்கிய வேகத்தில்
அவர் வியர்வையைத் துடைப்பதாக எண்ணி
என் வியர்வையை துடைத்துக் கொண்டேன்.

கொஞ்சதூரம் சென்று
நகர்ப்படியில் இறங்கினேன்
நிலத்தடிக் குகைவழியில்
கண்ணில்லா பெண்ணொருத்தி
வாத்தியத்தை மீட்டியபடி
வாய்நீளப் பாடிக்கொண்டிருந்தாள்
எதிரில்
காசுகள் தெளித்த துண்டு.

பிச்சைக்கு
வெட்கப்பட
மாற்றுத்திறனாளிகளின்
மாற்றுவழி புரிந்துகொண்டேன்

என்னைக் கேட்காமலே
என் கையொன்று
மீண்டும்
என் சட்டைப் பையில் நுழைந்தது.

பகுத்தறிவு

நூறு கிலோ கமலநாதன் ஆறு கிலோ பெட்டியை
இரு சக்கரத்தில் இழுத்துப் போகிறான்
பத்து மடங்கு எடையைத் தூக்கும்
எறும்புக்கா பலமில்லை?

ஊசி குத்தினாலே கத்தி, ஊரைக் கூட்டும்
வாஞ்சிநாதனுக்கு வலி தெரியாமல்
குருதியெடுக்கும் கொசுவிற்கா இரக்கமில்லை?

பெற்ற மகளையே பெண்டாள எண்ணும்
பேதமறியா தந்தையுலகில்
வீட்டாரைப் பார்த்து வாலாட்டி
வெளியாரைப் பார்த்துக் குரைக்கும்
நாய்க்கா வேறுபாடு தெரியவில்லை?

திருடத் தெரிந்த தென்பாண்டிநாதன்
நகரத் தெரியாமல் கம்பி எண்ணுகிறான்
இடையர் அயரும் நேரம் பார்த்து
குரல்வளையைக் கவ்வி குட்டியைத் தூக்கும்
நரிக்கா தந்திரம் தெரியவில்லை?

■ புதுமைத்தேனீ மா அன்பழகன்

வயிறு என்ன குப்பைத் தொட்டியா?
கண்டதைத் தின்றுவிட்டு
மண்டையைப் போடும் மாயநாதன்
ஆடாதொடா இலையை போடா வேண்டாமென
அடுத்த இலையைத் தேடிப் போகும்
ஆட்டுக்கா ஆகாதது தெரியவில்லை?
மீன்முள்ளைத் தொண்டையிலேற்றி
மீளாத் துயருறுகிறான் மேகநாதன்
அவசரமாய் விழுங்கினாலும் ஆநிரைகள்
அசைபோட்டுத் தின்னும் அவற்றிற்கா
உண்ணும் முறை தெரியவில்லை?

வானம் பாராது வரப்போகும் மழையறியாது
வண்ணார் துணி துவைத்து காயப் போடுகிறார்
குளத்துள் சுற்றும் மீனுக்கு
கொக்கு நின்று காத்திருக்கும்
கொக்குக்கா காலநேரம் தெரியாது?

பசிக்குப் புசியாமல்
பார்த்ததையெல்லாம் தின்றுவிட்டு
புளித்த ஏப்பம் விட்டு புலம்புகிறான் பூமிநாதன்
பசித்தாலும் புல்லைத் தின்னா புலிக்கா
ஏற்ற உணவு எதுவெனத் தெரியவில்லை?

சித்தன் போக்கு சிவன் போக்கென
சுற்றித் திரிகிறான் சுந்தரநாதன்
உயரத்தில் பறந்தாலும் ஒரு நொடியில்
ஊரும் சுண்டெலியை
பற்றித் தூக்கும் பருந்துக்கா குறிக்கோளில்லை?

குடித்துவிட்டு சாலையோரம்
குதூகலித்து உறங்கும் குருநாதன்
பொழுது மறைந்தவுடன் புகலிடம் தேடிவரும்
புள்ளினத்திற்கா குடியிருப்புத் தெரியவில்லை?

வாயில்லா ஜீவனாயிருக்கலாம்
அறிவில்லா ஜீவனா அவை?
பகுத்தறிவுக்கு உரிமைகோரும் 'பாலை' நாதா
மருதநிலம் வந்திங்கு வசித்துப் பார்
மக்களும் மாக்களாய்த் தேய்கின்ற நிலையைப் பார்!
மாக்களும் மக்களாய் மாறுகின்ற விந்தையைப் பார்!

● சட்டத் திருத்தம்

சில நேரம்
வெட்டிய முடியைப் பார்த்து
முடியவில்லை
ஆணென்றும் பெண்ணென்றும்
உறுதி செய்ய!

பல நேரம்
முழுக்கால் சட்டையைப் பார்த்து
முடியவில்லை
அண்ணனா தங்கையா
அறுதியிட்டுச் சொல்ல!

முகத்தைப் பார்த்தோ
முன்புறம் பார்த்தோகூட
முடியவில்லை!
ஆணா பெண்ணா
அழகுதிரு நங்கையா என்று!

அங்கேதான் அப்படியென்றால்
இங்கே

முகநூலுக்குள்
மூக்கை நுழைத்தால்
பலர்
முக்காடு போட்டுக்கொள்கிறார்கள்!

திலகம் வைத்துக்கொண்டு
திரையில் மறைந்துகொள்கிறார்கள்!

மீசை வைத்துக்கொண்டு
மோசம் செய்கிறார்கள்!

முகநூல் நிறுவனமே
முகமூடி விலக்கி
உண்மைத்தன்மை அறிய
உன்னிடம்
ஒரு சட்டத்திருத்தம் வராதா?

எதிராளி

எதை நான் எண்ணினாலும்
எதைச் செய்ய எத்தனித்தாலும்

எதிர்த்து எதிர்த்துப் பேசுகிறது
எதிர்மறையாகவே சொல்கிறது
இடம் போனால்
வலம் என்றும்
வலம் போனால்
இடமென்றும் சொல்வதால்
என் அறிவு
தடம்மாறிப் போகிறது

அதிலேயோ இதிலேயோ
எதிலேயும் கால் பதிக்கா
இருதலை எறும்பென்று
எள்ளி நகைக்கிறார்கள்

ஆறாம் அறிவு இல்லா
'அறிவுக் கொழுந்து' என்றும்
தடுப்பார் யாருமில்லா

எடுப்பார் கைப்பிள்ளை என்றும்
என்னென்னமோ ஏசுகிறார்கள்

ஒன்றுக்கொன்று
ஏட்டிக்குப் போட்டியாகி
எல்லாமே தலைகீழாய்க்
காரியமே நடக்காததால்
தூரிகை ஏதுமில்லா
ஓவியன்போல் நிற்கிறேனாம்

இத்தனைக்கும்
காரணம்
குரல்கொடுக்கும் பல்லியோ
குறுக்கேவரும் பூனையோ
அல்ல
மனைவியோ மக்களோ
மாறுபட்ட நண்பனோகூட
அல்லர்

எனக்கு எதிரி
வெளியே இல்லை!

(தேசிய கவிதை விழா போட்டிக்கு)

● மௌனத்தின் மொழியுண்டு

ஆடிக் கொண்டே பாடிவந்தேன் - அவனிடம்
ஆயிரம்சொல் பேசிடவே!
தேடிக் கொண்டே ஓடிவந்தேன் - தேவை
திருமுகத்தின் தரிசனமே!

                                                          ஆடிக்கொண்டே..

மலையோரம் நிற்பானோ - நதியின்
கரையோரம் குளிப்பானோ
தலைவாரி விடுவேனோ - மடியில்
தாலாட்டுப் பாடுவேனோ?

தெம்மாங்கு இசைசேர்த்து - செவியில்
தேன்கலந்துப் பாடவேண்டும்
எங்கெங்கு திரும்பினாலும் - அவன்முகம்
அங்கங்கு காணவேண்டும்.

முல்லைவனத் தென்றலிலே - குளித்து
முழுநிலவில் நனையவேண்டும்
கல்லுக்குள் தேரைபோலே - நானவன்
கண்ணுக்குள் உறையவேண்டும்

அடுத்தவீட்டு ஆலங்கன்று ■

வழிகேட்டு அலைந்தபோது - தோழி
 வந்தென்னைத் தடுத்து நின்றாள்
'கழியூன்றும் கிழவனின் - காதல்
 காணாதே கனவு' என்றாள்

வழியிலவன் முகம்கண்டேன் - காளை
 வருமழகில் எனையிழந்தேன்
விழிநான்கின் சந்திப்பில் - ஒரு
 மொழியில்லாமல் மௌனமாகிறேன்

        ஆடிக்கொண்டே..

   (சிங்கப்பூர் இந்தியர் சங்கம் தலைப்புக் கொடுத்து
      கவிதை எழுதும் போட்டிக்காக)

● எது?

பூவைப் படமெடுக்கிறேன் என
இலைகளைக் கிள்ளி எறிவது
கலையா? கொலையா?

கொஞ்சுகிறேன் குழந்தையை என
பிஞ்சுவாயில் நாக்கை நுழைப்பது
பாசமா? மோசமா?

புத்தகத்தை இரவல் வாங்கி
கண் கெட்டபின் திருப்பிக் கொடுப்பது
நாணயமா? நன்றிகொல்லலா?

அதிகார அரசியலில் ஆதாயம் பெற
திரைமறைவுப் பரிவர்த்தனை
கையூட்டா? நன்கொடையா?

செடிக்கு நீரிடுவது நல்லதென
சிறுநீர் தாரை வார்ப்பது
அறியாமையா? ஆணவமா?

இன்று சோற்றுக்கில்லை என்பானுக்கு
நாளைய தேதியில் காசோலை தருவது
இரக்கமா? பணக்கிறக்கமா?

கையில் மொய்க்கும் ஈக்களைக் கொல்ல
கைத்தடியால் விரலை நசுக்குவது
உதவியா? உபத்திரவமா?

பாட்டைக் கேளென அருகிலழைத்து
எட்டுக்கட்டையில் ஏற்றிப் பாடுவது
இசையின் சாதனையா?
என் காதுக்கு வைத்த சோதனையா?

பாரதிபோல் பாட முடியவில்லை

எட்டயபுரத்தானின் கவிதைகள்
எளிமையினால் இனிமையாயின
கருத்துகளினால் கவர்ந்திழுத்தன
சந்த இசையினால் நாவினில் சிந்து பாடின
மனச்சந்துகளில் நிலைபெற்று பந்தமாயின
அவன் வாயிலிருந்துப் புறப்பட்ட
வரிகளெல்லாம் வைரம் பாய்ந்த இலக்கியமாயின

வற்கடம் புகுந்து வாழ்ந்துபோன ஆயுளில்
சாலை ஓரத்திலும்; காலை உதயத்திலும்
வாய்க்கால் வரப்பிலும்; வறண்டுபோன ஆற்றிலும்
சோலைகளின் நிழல்களிலும்; சோரம்போன மனிதத்திலும்
கடலோர மணல்களிலும்; காற்றுபட்ட திசைகளிலும்
காக்கை குருவிகளைக் கண்டுவிட்ட போதினிலும்
நாற்று நடும் சகதியிலும்; நாதியற்ற சமுதாயம் நலம் பெறவே
ஆம்பல் மலர்ந்தபோதும்; ஆங்கொரு குயில் கூவும்போதும்
சோம்பல் முறித்தெழவே சொற்கடலைத் திறந்துவிட்டான்

அடிமைத் தளை நாட்டை ஆட்கொண்ட
ஏற்றத்தாழ்வுகள் நம்மை எட்டிப் பார்த்தபோதும்

பெண்ணினத்தின் கொடுமைகள் பேயாட்டம் போட்டபோதும்
கூடவே இருந்து அவரைச் சகித்துக்கொண்ட
கூடல்தேவி செல்லம்மாள் கொண்டிருந்த பொறுமையிலும்
கட்டுப்பாடுகளை உடைத்தெறிந்த கவிக்கோமான்!
கூடை கூடையாகக் கவிதைகளைக்
கொட்டித்தீர்த்த கோட்பாடுடைக் கவிஞன்
விடுதலைக்குப் பரணி பாடிய வேங்கைப் புலவன்
பிறவிக் கவிஞனவன் பிரசவித்த பாடல்கள்
சொல்லோடும் பொருளோடும் சுதிசேர்த்து
அசைகூட்டி இசைத்தன; இசைகூட்டி அசைந்தன

புதுக்கவிதைகளின் பிதாமகனே - உன்னைப்போல்
எங்களால் பாட முடியவில்லை - காரணம்
வலியறியா தேசத்தில் நாங்கள் வாழ்ந்துகொண்டிருப்பதால்
வீரியமிக்க கவிதைகளை நாங்கள்
விளைவிக்க முடியாத விவசாயிகள் ஆகிவிட்டோம்!

இங்கேயும்தான்...

சென்ற மாதம் போராட்டம்; இந்த மாதம் குண்டுவைப்பு!
அடுத்த மாதம் ஆட்கடத்தலுக்கு திட்டும் திட்டம்!
போகிறபோக்கில் பொல்லாங்கு; பொறாமை!
பொருள்கள் திருட்டு; புகுந்து அபகரிப்பு!
கூட இருந்தே குழிப்பறிப்பு; கூடா நட்பு!
தூய நட்புக்குத் துரோகம்; தொல்லைகள்!
அந்த இடத்தில் கலவரம்; ஆங்காங்கே தீவைப்பு!
மதம் இனம் கூடவே மொழிப் பிரச்சனைகள்!
ஆளைக் கண்டதும் காமம்; காணாமலே காதல்!
பார்க்கக்கூடாதவர்; பார்த்தாலும் பேசக்கூடாதவர்!
குரோதம் கொலை; குத்து வெட்டு
கோமாளித்தனம்; கூட்டுக் களவாணி!
உண்ணா நோன்பு; ஊர் வம்பு!
அகந்தை ஆணவம் அமைதி அசட்டுத்தனம்!
மௌனப்புரட்சி மறியல் மானபங்கம்!
பலாத்காரம்; பழிச்சொல்; சுடுசொல்!
ஏசல்; பூசல் சண்டைகள்; சமாதானங்கள்!

இவையத்தனையும்
நாடு நாட்டின் எல்லை

வீடு வீட்டு எதிர் சாலை
சாக்கடை அரசியல் சந்தைகள் போன்றது
எங்கேயும் எப்போதும் நடக்கின்றன !

புறத்தில் மட்டுமல்ல - நமது
அகத்திலேயும்தான் !

● லீ நாடு

இந்தியாவில்
காந்தி பெயர் உள்ளவரை
கோட்சே பெயர் இருக்கும்

பெங்களூரு நீதித் துறையில்
குன்ஹா பெயர் விளங்கும்வரை
குமாரசாமி பெயரும் கூறப்படும்

வெள்ளையும் கருப்பும்
வெவ்வேறு என்றாலும்
ஒன்றோடு ஒன்று
உறவாடும் வண்ணம் என்பர்
உருமாறும் திண்ணம் என்பர்

எதிரும் புதிருமாகவே
ஏன் எண்ணுவானேன்

எங்கள் நாடு சிங்கை
இருக்கும் வரை லீ குவான் யூ பெயர்
இருந்தே தீரும்

ஒருகால்
கார்மேகம் கவிழ்ந்து
நீர்கொண்டு போனாலும்

ஊழிக்காற்றினால்
ஊரழிந்து போனாலும்

பூ பிளந்து நாடே
புதையுண்டே போனாலும்

இவ்வுலக வரலாற்றை
எவரேனும்
அவ்வுலகில் இருந்துகொண்டு
அறுதியிட்டு எழுதிட
ஆரேனும் முற்பட்டால்
லீ என்ற பேருடையான்
நிர்மானித்த ஊரொன்று
நீரழித்துப் போனதென்பான்

வரலாற்றில்
குமரி கண்டமென்பான்
லெமோரியா உண்டென்பான்
பஃறுளி ஓடியதென்பான்

அதைப்போல்
சிங்கம் ஊர்ப் பெயர் மறந்தாலும்
லீ நாடு என்றொன்று
ஆசியாவின் தென்கிழக்கில்
அழகானதொரு பகுதியாக
அமைத்திருந்தது என்றெழுதுவான்

என் பேத்தியின் பேரன்
அந்தப்
பேரனின் கொள்ளுப் பேத்திகள்
பார்த்த அந்த வரைபடத்தை
பாடமாகப் படித்திடுவர்

● இந்திரலோகத்தில் அழகப்பன்கள்!

சாலைகள் நெடுகிலும்
குண்டுகுழிகள் சுளுக்கெடுத்து
சிமெண்ட் சாலைகளாயின

தெருவோரச் சாக்கடைகள்
மூடிமறைத்து நாற்றம் நீக்கப்பட்டன

சந்திக்குச் சந்தியிருந்த
கூடாரக் கோவில்கள் அகற்றப்பட்டன

வழிநெடுகிலும் பூச்செடிகளும் கொடிகளும்
பசுமைக் காட்சியாகப் பார்வைக்குத் தெரிந்தன

இயற்கை மரங்களில் செயற்கைப் பூக்கள்
இதழ்விரிந்து மணம்பரப்பி வரவேற்றன

ஏழைச் சிறுவர்களுக்கு எண்ணெய் கொடுத்து
வாரிச் சீவிய செம்பட்டைத் தலைகள்
சூரிய ஒளியில் சுடர்விட்டுக் கண்களைப் பறித்தன

தீபாவளிக்கும் பிறந்த நாளுக்கும் மட்டுமே
புத்தாடை வாங்கிய பொதுமக்களுக்கின்று இலவசமாக
வீட்டுக்கு வீடு உடைகள் விநியோகம் செய்யப்பட்டன

குளங்களும் கண்மாய்களும் தூர்வாரப்பட்டன
உடைந்துபோன அதன் படிக்கட்டுகள் சீர்செய்யப்பட்டன

பஞ்சாயத்துகளின் வானொலியில் புதிதாக ஒலிபரப்பப்பட்டன
பார்க்குகள் பச்சைத் தரைகளாக பார்வைக்குத் தெரிந்தன

குடும்ப ரேஷன்கார்டுக்குத் தாராளமாக
கோதுமை அரிசியும் மண்ணெண்ணெயுடன்
சீனியும் கொடுத்து பிரஜைகள் இனிப்பூட்டப்பட்டனர்

கோவில்களையும் மசூதிகளையும் சுற்றி
கிருமிநாசினிகளைத் தெளித்து
நாட்டில் நோய் பரவாமல் தடுத்தனர்

ஆண்டுகள் பலவாகியும்
எரியாத விளக்குகள் ஒளியூட்டப்பட்டன

நெடுஞ்சாலைகளை ஒட்டியுள்ள
தனியார் வீட்டுச் சுவர்களுக்கு
அரசு செலவில் வண்ணம் பூசப்பட்டன

போக்குவரத்துக்கு இடைஞ்சலாயிருந்த
பிறந்த நாள் வளைவுகள் பெயர்க்கப்பட்டன

காற்று வந்துகொண்டிருந்த கார்ப்பரேஷன் குழாய்களில்
தண்ணீர் கொட்டத் தொடங்கிவிட்டது

அறுபதுபேரை ஏற்றிச் சென்ற ஷேர் ஆட்டோ
ஆறு பேருடன் போகும்
அரிய காட்சிகள் படமெடுக்கப்பட்டன

அண்டை காவல் நிலையத்தில்
விடுமுறை எடுக்காது காவலர்கள்
வீட்டைப்போல் நாட்டைக் காக்கத் தலைப்பட்டனர்

தேர்தலுக்குத் தேர்தல் தலைகாட்டும்
எம்.எல்.ஏ., எம்.பி.,கள் ஆங்காங்கே
பல்தெரிய பார்வைக்கு நிறுத்தப்பட்டனர்

காக்கைக் குருவிகளின் கழிப்பிடமான
காலத்தை வென்ற தலைவர்களின் சிலைகள்
கங்காநீர் புனிதம்பெற்று பளிச்சிட்டன

பெயர்களோ தொண்டர்களோ இல்லாத
அரசியல் கொடிக்கம்பங்கள்
இரவோடு இரவாக காணாமற்போயின

யமுனா நதியின் நடுவில் நின்று தடை போட்ட
மேடுகளும் செடிகளும் காணாமற்போய்
ஆற்றில் சரளமாக நீரோடி, படகோட்டின

காதலின் சின்னமான உலக அதிசயம்
இந்த நூற்றாண்டில் கழுவப்பட்டது

நாள்தோறும் வரும் லட்சக்கணக்கான
யாத்ரீகர்களின் நலனும் வசதியும்
இந்த ஜென்மத்தில் பெருக்கப்பட்டன

இதைவிட என்ன வேண்டும் இந்தியாவுக்கு?
உலக அரங்கில் இந்தியா உயர்ந்து நிற்கிறது
ஆக்ரா வந்து செல்லும் வழியெல்லாம் பார்த்துவிட்டு
ஐ.நா. சபையில் அளந்துவிடப் போகிறாரென்று
முச்சூடும் கனவுகண்ட மோடி அவர்களுக்கு
வேட்டு வைத்துவிட்டு கிளம்பிவிட்டார் சவுதிக்கு.

ஒபாமா வராவிட்டால் என்ன
உத்திரப்பிரதேசத்தின் ஒரு பகுதியாவது
உருப்படியாகி உயர்வுபெற்றதே!

உலகத்தின் சட்டாம்பிள்ளையே!
ஆண்டுக்கு அறுபது முறை
இந்தியாவின் மற்ற பகுதிகளுக்கும்
சுற்றிவருவதாக ஒரு சுற்றறிக்கை விடுங்களேன் போதும்.

ஆமாம் சாமி போடும் அரசர் யாராவது
அப்போது மண்டையைப் போடமாட்டார்களா?
உயர்ந்த மனிதரே! நீங்கள் வராவிட்டாலும்
ஊருக்கு நல்லது நல்லதாக நடக்குமே!

அப்புறம் என்ன? பாரதம் இந்திரலோகமாகி
மாதம் மும்மாரி பொழிந்து
தேனும் பாலும் தெருவெல்லாம் வழிந்தோடப்போவதால்
அழகப்பன்கள் (மக்கள்) ஆடிப்பாடி மகிழ்வர்

குறிப்பு: அமெரிக்க அதிபர் ஒபாமா, தாஜ்மகாலை பாக்கப்போவதாக அறிவிப்பு வந்தவுடன், போகும் வழியெல்லாம் செப்பனிடப்பட்டது. ஆனால் சவுதி அரசர் ஒருவர் இறந்துவிட்டதால், ஆக்ரா பயணத்தைத் தவிர்த்துவிட்டு சவுதி புறப்பட்ட அன்று (24.01.2015) எழுதிய கவிதை.

புதுமைத்தேனீ மா.அன்பழகன்

நாகை மாவட்டம், வேதாரண்யம் வட்டம், ஆயக்காரன்புலம் கிராமத்தில் மாசிலாமணி - செல்லம்மாள் தம்பதிகளுக்கு ஏழாவது மகனாக 21.01.1943ல் பிறந்தவர். உள்ளூரிலேயே பள்ளிப் படிப்பை முடித்து அதிராம்பட்டினம், குடந்தை, சென்னை ஆகிய இடங்களில் முற்றுப்பெறாத கல்லூரிப் படிப்புக்குப் பின் சென்னையில் திரைப்பட இயக்குநர் கே.பாலசந்தரிடம் உதவியாளராகச் சேர்ந்தார். பல படங்களில் பணியாற்றிய பின்னர் தயாரிப்பாளர், இயக்குநராகப் பரிணாமம் பெற்றார். இவர் தயாரித்த படம் பீம்சிங் இயக்கத்தில் உருவான 'பாத பூஜை'. மேலும் இவர் இயக்கி, தயாரித்தப் படம் ஜெயகாந்தன் எழுதிய 'புதுச்செருப்பு கடிக்கும்' என்பதாகும். இவர் சிங்கப்பூரைச் சேர்ந்த திலகவதியை 1971இல் கலைஞர் தலைமையில் எம்.ஜி.ஆர். முன்னிலையில் திருமணம் செய்துகொண்டார். இவருக்கு செல்வம், இராமையா எனும் இரு மகன்கள்.

சென்னையில் ஒரு சமுதாய அமைப்புக்காக 'உறவு மலர்' எனும் திங்களிதழைத் தொடங்கி, அதன் ஆசிரியராகவும் பணியாற்றினார். 1985இல் கவிதை, கட்டுரை, கதை என ஐந்து நூல்களை கி.வீரமணி, ஜெயகாந்தன் முன்னிலையில், கலைஞர் தலைமையேற்க முதன்முதலில் வெளியிட்டார்.

அதன்பிறகு 1987இல் இரண்டு நூல்களை, அவ்வை நடராசன் தலைமையில் திருக்குறள் முனுசாமி வெளியிட்டார்.

அன்பழகன் எழுதிய 'மடிமீது விளையாடி' எனும் நூல் சென்னைப் பல்கலைக்கழகம், பாரதிதாசன் பல்கலைக்கழகங்களில் இளநிலை பட்டப் படிப்புக்குத் துணைப் பாடநூலாக வைக்கப்பட்டது. 'அந்தப் பார்வையில்' எனும் மற்றொரு நூல் பூண்டி புஷ்பம் கல்லூரியில் முதுநிலைப் பட்டப் படிப்புக்கான பாடநூலாகத் தேர்ந்தெடுக்கப்பட்டது.

இவருடைய எழுத்தாற்றலைக் கண்ட கலைஞர், திராவிட முன்னேற்றக் கழகத்தின் தலைமை இலக்கிய அணிக்குப் பொருளாளராக நியமித்தார். 1990ல் கலைஞர் தலைமையில் இவருக்கு 'கவிமாமணி' எனும் விருது சுரதா அவர்களால் தரப்பட்டது. அன்பழகனின் அரசியல் நுழைவு மைலாப்பூரில் 1993 இடைத் தேர்தலில் மதிமுக சார்பில் போட்டியிட வைகோ அவர்களால் வேட்பாளராகத் தேர்வு செய்யப்பட்டார். ஆனால் இவர் சிங்கப்பூர் செல்ல இருந்ததால் போட்டியிட மறுத்துவிட்டார். அறிவும் புகழும் இருந்தாலும் பொருள் வளம் இன்மையால் 1994இல் சிங்கப்பூருக்குப் புலம்பெயர்ந்தார்.

அங்குக் கூல வணிகத்தையும், உணவகத்தையும் தொழிலாகக் கொண்டிருந்தாலும் தமிழ், இலக்கிய ஆவல் காரணமாக மேடைகளில் பேசவும் தொடங்கினார். எதையும் பிறரிடமிருந்து வித்தியாசமாகவும் புதுமையாகவும் செய்யும் இயல்பைக் கண்டு இவருக்குப் 'புதுமைத்தேனீ' எனும் அடைமொழி, கவிமாலை எனும் அமைப்பால் அளிக்கப்பட்டது. அதற்குத் தகுந்தார்போல் இலக்கியப் பணிகளில் தொடர்ந்து ஈடுபட்டு மேலும் 23 நூல்களைப் படைத்தார்.

பின்னர் கவிமாலை அமைப்பின் காப்பாளரானார். அது, கவிதைவழித் தமிழை வளர்ப்பதைக் குறிக்கோளாகக் கொண்ட அமைப்பு. அவ்வமைப்பின் சார்பில், ஒவ்வொரு மாதத்தின் இறுதி சனிக்கிழமையன்று கவிஞர்களும் தமிழ் ஆர்வலர்களும் ஒன்றுகூடிக் கவிதை பற்றி பேசுதல், கவிதை உருவாக்கல், கவிதைப் போட்டி நடத்துதல் போன்றவைகளை வாடிக்கையாகச் செய்வார்கள். கவிமாலை அமைப்பை, சிங்கப்பூரின் சிறந்த தமிழ் அமைப்புகளில் ஒன்றாக ஆக்கிய பெருமை இவரையே சேரும்.

இவருடைய 'என் வானம் நான் மேகம்' எனும் நூலுக்கு 2010இல் நாமக்கல் சின்னப்ப பாரதி இலக்கிய அறக்கட்டளை சிறப்புப் பரிசை அளித்தது. இவருடைய 'கூவி அழைக்குது காகம்' எனும் நூலைக் கம்பம்

பாரதி சங்கம் 2016இல் தேர்ந்தெடுத்து முதல் பரிசை அறிவித்தது. இவை போன்ற பல பரிசுகளும் விருதுகளும் பெற்றுள்ள இவர், இதுவரை 30 நூல்களைப் படைத்துள்ளார். அவற்றில் நான்கு நூல்கள் ஆங்கிலத்தில் மொழிபெயர்க்கப்பட்டுள்ளன. இன்று, சிங்கப்பூரில் சிறந்த இலக்கியவாதிகளுள் ஒருவராகவும், தவிர்க்கமுடியாத தமிழ்ப் பணி செய்யும் மனிதராகவும் விளங்கி வருகிறார்.

இதுவரை இவன் ஈன்றவை

1. சமுதாயச் சந்தையிலே - கட்டுரை
2. அலைதரும் காற்று - கவிதை
3. ஜூனியர் பொன்னி - புதினம்
4. மடிமீது விளையாடி - புதினம்
5. இதில் என்ன தப்பு - திரைக்கதை
6. அந்தப் பார்வையில் - புதினம்
7. பழமும் பிஞ்சும் - சிறுவர் இலக்கியம்
8. ஒன்றில் ஒன்று - கவிதை (ஆங்கில மொழி மாற்றத்துடன்)
9. இப்படிக்கு நான் - படச்சுவடி
10. விடியல் விளக்குகள் - சிறுகதைகள்
11. உடன்படு சொல் - மேடைப் பேச்சுகள்
12. இன்னும் கேட்கிற சத்தம் - கவிதையில் பண்பாட்டுப் பதிவு
13. என்பா நூறு - வெண்பா கவிதைகள்
14. ஆயபுலம் - புதினம்
15. என் வானம் நான் மேகம் - பெருங்கதைகள்
16. Bubbles of Feelings - Short Stories
17. Beyond the Realm - Short Stories
18. கவித்தொகை - கவிதை
19. திரையலைலில் ஓர் இலை - கட்டுரை
20. எர்கு - புதினம்
21. Erhu - Novel
22. கூவி அழைக்குது காகம்(அரும்பு) - மாணவர் கடித இலக்கியம்
23. கூவி அழைக்குது காகம்(மொட்டு) - மாணவர் கடித இலக்கியம்
24. கூவி அழைக்குது காகம்(மலர்) - மாணவர் கடித இலக்கியம்
25. வாய்க்கால் வழியோடி - கட்டுரை
26. ஆயிழையில் தாலாட்டு - கட்டுரை
27. புதுமைத்தேனீ - சிறுகதைகள்
28. பாதிப்பில் பிறந்த பாடல்கள் - கவிதை
29. காதல் இசைபட வாழ்தல் - புதினம்
30. அடுத்த வீட்டு ஆலங்கன்று - கவிதை